Đứng ra bảo vệ các quốc gia

320 Điểm Cầu Nguyện Chiến Lược cho Bảy Ngọn Núi Ảnh Hưởng

Một tuần cầu nguyện 40 ngày cho Hội Thánh, các vị lãnh đạo và việc thiết lập Vương quốc của Đức Chúa Trời trên các quốc gia.

Huy động 10 triệu người cầu nguyện cho các quốc gia | Phần 2

Qua

Zacharias Godseagle ;
Am . MO Ogbe ;
C . Ladi Ogbe ;

Table of Contents

Đứng ra bảo vệ các quốc gia 1

320 Điểm Cầu Nguyện Chiến Lược cho Bảy Ngọn Núi Ảnh Hưởng 1

Một tuần cầu nguyện 40 ngày cho Hội Thánh, các vị lãnh đạo và việc thiết lập Vương quốc của Đức Chúa Trời trên các quốc gia.. 1

BẢN QUYỀN © TRANG 7

Sự cống hiến 9

LỜI CẢM ƠN 10

GIỚI THIỆU VỀ CUỐN SÁCH – Đứng ra bảo vệ các quốc gia 12

320 Điểm Cầu Nguyện Chiến Lược cho Bảy Ngọn Núi Ảnh Hưởng 12

Đánh giá của độc giả trước khi phát hành 16

Tiếng nói từ những người cầu nguyện thay cho người khác 16

Lời tựa 19

Cuộc gặp gỡ đã khởi đầu nhiệm vụ 22

Lời tác giả 25

Làm sao để nghe được tiếng Chúa? 27

Những lời cầu nguyện, tuyên bố và sự che chở tâm linh hàng ngày toàn diện 360 độ 30

Tuyên bố Khai mở và Niêm phong Cổng năng lượng cho Bảy Ngọn núi Ảnh hưởng 30

(10 Chiến lược kích hoạt cầu nguyện) 30

Hiểu Tám (8) Canh Cầu Nguyện 86

GIỚI THIỆU 89

Lời kêu gọi đứng ra bảo vệ lẽ phải *89*

Sứ Mệnh của Người Cầu Thay *94*

Abraham, Moses, Daniel, Chúa Giê-su và Đức Thánh Linh: Đứng vững giữa những khoảng trống **94**

Abraham: Cầu thay cho một thành phố gian ác 94
Mô-sê: Cầu thay cho một quốc gia nổi loạn 96
Đa-ni-ên: Cầu thay cho một dân tộc bị giam cầm 97
Chúa Giê-su: Đấng Cầu Thay Tối Thượng 98
Đức Thánh Linh: Sự can thiệp từ bên trong người tin Chúa 99
Người tín đồ là đền thờ của Đức Chúa Trời. 100
Một Ngôi Nhà Cầu Nguyện Sống Động 101
Hợp tác trong sự cầu thay 101
Lời kêu gọi trở thành một Ngôi nhà cầu nguyện 102

Bảy ngọn núi ảnh hưởng *104*

Chúng định hình thế giới của chúng ta như thế nào? **104**

Hướng dẫn cách sử dụng cẩm nang cầu nguyện này ... *111*

Lời kêu gọi gửi đến những người canh gác các quốc gia *116*

Bước vào canh gác bốn mươi ngày *119*

Chuẩn bị tâm hồn cho sự cầu thay **119**

Các đoạn Kinh Thánh nền tảng cho Canh thức Bốn mươi ngày *123*

Lời cầu nguyện chiến lược 40 ngày *128*

Ngày 1 - Dựng Bàn Thờ Cầu Nguyện *129*

Ngày 2 - Sự tỉnh thức và gánh nặng của linh hồn *132*

Ngày 3 - Ngôi nhà cầu nguyện được phục hồi *135*

Ngày thứ 4 - Những lời than phiền dai dẳng *138*

Ngày 5 - Sự can đảm dưới áp lực *141*

Ngày 6 - Sự can thiệp của các thiên thần và sự giải thoát siêu nhiên **144**

Ngày 7 - Những người chờ đợi, những ngọn đèn đang cháy **147**

Ngày 8 - Sự sắp xếp tại Gethsemane **151**

Ngày 9 - Mô-sê trong khe núi **155**

Ngày thứ 10 - Sự hiện diện, ân huệ và sự khác biệt **159**

Ngày 11 - Núi Nhà thờ: Sự thanh khiết và ngọn lửa **162**

Ngày 12 - Núi Giáo Hội: Quyền uy Tông đồ **166**

Ngày 13 - Núi Gia Đình: Hàn Gắn Vết Thương **169**

Ngày 14 - Núi Gia Đình: Trẻ em và Hạt giống Giao ước **171**

Ngày 15 - Núi Chính phủ: Sự cai trị chính trực **174**

Ngày 16 - Núi Chính phủ: Công lý và Sự giải thoát **177**

Ngày 17 - Núi Giáo dục: Chân lý và Sự phân biệt **181**

Ngày 18 - Núi Giáo dục: Trí tuệ Giao ước **185**

Ngày 19 - Núi Truyền Thông: Thanh lọc không khí **188**

Ngày 20 - Núi Truyền Thông: Thông điệp của Vương quốc **191**

Ngày 21 - Đỉnh Cao Kinh Doanh: Làm Giàu Có Mục Đích **194**

Ngày 22 - Núi Kinh Doanh: Các Tuyến Cung Ứng Được Chọn **197**

Ngày 23 - Núi Nghệ thuật: Sự Sáng Tạo Được Hiến Tặng **200**

Ngày 24 - Núi Nghệ thuật: Sự cứu rỗi của Văn hóa **203**

Ngày 25 - Tôn giáo và Giáo hội: Ngọn lửa phục hưng .. **207**

Ngày 26 - Tôn giáo và Giáo hội: Bảo vệ những người còn sót lại.. 210

Ngày 27 - Núi Gia Đình: Hôn nhân Dưới Sự Bùng Nổ... 213

Ngày 28 - Núi Chính phủ: Cổng và Thành phố............. 215

Ngày 29 - Núi Giáo dục: Giải thoát khỏi sự giam cầm của tâm trí 220

Ngày 30 - Núi Truyền Thông: Phơi bày những Tác phẩm Bí mật.. 223

Ngày 31 - Đỉnh Cao Kinh Doanh: Vượt Qua Rào Cản Để Tăng Trưởng.. 226

Ngày 32 - Núi Nghệ Thuật: Phá Vỡ Sự Quyến Rũ và Sự Thờ Cúng Thần Tượng 229

Ngày 33 - Lòng thương xót quốc gia và sự phục hồi giao ước.. 233

Ngày 34 - Truyền giảng Tin Mừng và Gặp gỡ những người chưa tin Chúa 240

Ngày 35 - Chiến tranh cá nhân và sự thánh hóa 243

Ngày 36 - Canh gác nửa đêm chống lại sự kháng cự ... 247

Ngày 37 - Sự giải thoát lãnh thổ và sự trợ giúp của các thiên thần 250

Ngày 38 - Mùa gặt, những vùng đất trù phú và sự phục hồi 254

Ngày 39 - Bảy ngọn núi dưới sự cai trị của Chúa Kitô .. 258

Ngày thứ 40 - Lễ Tạ ơn, Lễ kết thúc và Lễ bàn giao...... 261

Phần kết luận.. 264

Kiên định giữ vững vị trí trong khoảng trống.................. 264

Hãy tham gia Phong trào Cầu nguyện Toàn cầu 267

Lời kêu gọi tới 10 triệu người cầu nguyện thay cho người khác 267

LỜI KÊU GỌI HÀNH ĐỘNG 270

Hợp tác vì mùa thu hoạch 270

Vì sao sự ủng hộ của bạn lại quan trọng 271

Làm thế nào để được tái sinh và bắt đầu một cuộc sống mới với Chúa Kitô 273

Giấy chứng nhận về đời sống mới trong Chúa Kitô 276

KẾT NỐI VỚI MỤC VỤ ĐẠI BÀNG CỦA CHÚA........ 277

Tiểu sử tác giả 278

Zacharias Godseagle 278

Đại sứ Monday O. Ogbe 278

Comfort Lady Ogbe 279

PHỤ LỤC 281

Phụ lục A 281

Mô hình cầu nguyện chiến lược 60 phút 281

30 phút — Thờ phượng........ 281

10 phút — Tuyên bố chủ quyền của Ngài 281

10 phút — Sự ăn năn........ 282

10 phút — Các sắc lệnh phù hợp với Vương quốc 282

Phụ lục B........ 283

Hướng dẫn thiết lập lại kỷ luật trong 7 ngày........ 283

Phụ lục C........ 284

Mẫu Bản Cam Kết Lòng Trung Thành Cá Nhân........ 284

LỜI CHÚC PHƯỚC MỤC VỤ CUỐI CÙNG 285

SÁCH VÀ TÀI LIỆU THAM KHẢO ĐƯỢC KHUYẾN NGH� 286

BẢN QUYỀN © TRANG

Đứng ra bảo vệ các quốc gia
320 Điểm Cầu Nguyện Chiến Lược cho Bảy Ngọn Núi Ảnh Hưởng - Một Canh Thức Cầu Nguyện 40 Ngày cho Hội Thánh, Các Lãnh Đạo và Sự Thiết Lập Vương Quốc của Đức Chúa Trời trên Các Quốc Gia

Huy động 10 triệu người cầu nguyện cho các quốc gia | Phần 2

TÁC GIẢ
Zacharias Godseagle
Thứ Hai O. Ogbe
Comfort Ladi Ogbe

NHÀ XUẤT BẢN
Zacharias Godseagle và Godseagle Ministries.
Xuất bản bởi: **Zacharias Godseagle**
Liên hệ - https://www.otakada.org

ambassador@otakada.org
Điện thoại/SMS +13024922440;
Whatsapp +2348032835348

THÔNG BÁO KINH THÁNH

Trừ khi có chỉ dẫn khác, các trích dẫn Kinh Thánh được lấy từ các bản dịch tiếng Anh thông dụng. Một số chỗ được nhấn mạnh để làm rõ nghĩa và tập trung vào nội dung suy niệm.

THÔNG TIN IN ẤN

In tại Hoa Kỳ, ấn
bản đầu tiên.

Sự cống hiến

Cuốn sách này trước hết và trên hết được dâng hiến cho **Chúa Giê-su Ki-tô** , vị Thượng tế vĩnh hằng, Đấng luôn cầu thay cho dân Ngài.

Lời cầu nguyện này được dâng lên để bày tỏ lòng biết ơn đối với Chúa **Thánh Thần** , Đấng mà sự hướng dẫn, niềm tin và quyền năng của Ngài đã giúp cho mọi lời cầu thay chân thành đều có thể thực hiện được.
Tôi cũng xin dành tặng tác phẩm này cho nhiều tín hữu trên khắp thế giới, những người trung thành đứng ra cầu thay cho Giáo hội và cho các quốc gia. Lời cầu nguyện của các bạn, thường không được con người nhìn thấy và lắng nghe, nhưng đều được Chúa biết đến và tôn vinh.

Cuối cùng, cuốn sách này được dành tặng cho gia đình tôi, những người đã luôn ủng hộ, kiên nhẫn và động viên tôi trong suốt những năm qua.

Mong rằng nguồn tài liệu này sẽ củng cố tất cả những ai đang gánh vác gánh nặng cầu nguyện và truyền cảm hứng cho nhiều người hơn nữa đứng lên và đứng vững để phục vụ mục đích của Chúa trên trái đất.

LỜI CẢM ƠN

Tôi xin bày tỏ lòng biết ơn sâu sắc nhất đến **Đức Chúa Cha, Chúa Giê-su Ki-tô và Đức Thánh Linh** , nhờ sự hướng dẫn, lòng thương xót và quyền năng của Ngài mà sứ mệnh cầu thay này đã được duy trì trong suốt hai mươi năm qua. Nếu không có ân điển và sự dẫn dắt liên tục của Ngài, hành trình này sẽ không thể thực hiện được.
Tôi vô cùng biết ơn **gia đình mình** , đặc biệt là vợ tôi, người đã mạnh mẽ, kiên định và vững tin trong suốt những biến cố khởi đầu hành trình này vào năm 2006, mở ra cánh cửa cho nhiệm vụ này ra đời. Sự ủng hộ và kiên nhẫn của các bạn trong suốt những năm qua luôn là nguồn động viên lớn lao đối với tôi.

Tôi cũng xin bày tỏ lòng biết ơn đối với nhiều **tín hữu và người cầu thay** đã trung thành cùng tôi gánh vác gánh nặng cầu nguyện. Nhiều người trong số họ vẫn chưa được thế giới biết đến và nhìn thấy, nhưng lời cầu nguyện của họ đã đóng vai trò thiết yếu trong việc duy trì sự cầu thay này cho Giáo hội và các quốc gia.

Tôi cũng bày tỏ lòng biết ơn đối với **các mục sư, các nhà lãnh đạo nhà thờ và các tổ chức mục vụ** đã tận tâm làm việc để đào tạo môn đệ và truyền bá phúc âm của Chúa Giê-su Ki-tô. Sự tận tâm của quý vị đối với công việc của Nước Trời tiếp tục truyền cảm hứng và củng cố thân thể Chúa Kitô.

Cuối cùng, tôi xin bày tỏ lòng biết ơn đến tất cả những ai sẽ tham gia vào buổi cầu nguyện này thông qua hướng dẫn này. Nguyện xin Chúa củng cố đôi tay của các bạn, làm sâu sắc thêm đức tin của các bạn, và ban cho các bạn sức mạnh để đứng vững trung thành trong việc cầu thay cho Giáo Hội và các dân tộc.

Đại sứ Monday O. Ogbe
Zacharias Godseagle

GIỚI THIỆU VỀ CUỐN SÁCH – Đứng ra bảo vệ các quốc gia

320 Điểm Cầu Nguyện Chiến Lược cho Bảy Ngọn Núi Ảnh Hưởng

Một tuần cầu nguyện 40 ngày cho Hội Thánh, các vị lãnh đạo và việc thiết lập Vương quốc của Đức Chúa Trời trên các quốc gia.

Huy động 10 triệu người cầu nguyện cho các quốc gia | Phần 2

Hơn hai mươi năm qua, lời kêu gọi tiên tri về sự cầu thay đã định hình một nhiệm vụ cầu nguyện đặc biệt dành cho Giáo hội.

Năm 2006, trong một giai đoạn khủng hoảng cá nhân sâu sắc khi vợ ông phải trải qua một ca cấp cứu y tế nguy hiểm đến tính mạng ở London, **Đại sứ Monday O. Ogbe** đã có một cuộc gặp gỡ sâu sắc với Chúa. Trong khoảnh khắc bất an và phó thác đó, Chúa đã đặt một sứ mệnh rõ ràng vào lòng ông:

"Hãy cầu nguyện cho Giáo Hội của Ta và cầu nguyện cho các nhà lãnh đạo của các quốc gia, bất kể họ đang ở đâu trên những ngọn núi quyền lực."

Từ cuộc gặp gỡ đó đã nảy sinh một sứ mệnh suốt đời là cầu thay cho Giáo hội và cho các quốc gia—đặc biệt là cho những người phục vụ trong **Bảy Ngọn Núi Ảnh Hưởng** :

• Tôn giáo
• Gia đình • Giáo dục • Chính phủ • Truyền thông và Báo chí • Nghệ thuật và Văn hóa • Kinh doanh và Kinh tế

Những lĩnh vực này định hình các giá trị, phương hướng và quyết định của xã hội và quốc gia. Khi các tín đồ cầu nguyện một cách chiến lược cho những lĩnh vực này, họ đang tham gia vào công việc biến đổi của Chúa trên trái đất.

Bắt đầu từ **năm 2006** , mùa cầu nguyện và ăn chay thiêng liêng này đã được duy trì đều đặn mỗi năm từ **ngày 17 tháng 3 đến ngày 25 tháng 4.** Điều bắt đầu như một hành động vâng phục cá nhân dần dần trở thành một sự cầu nguyện liên tục được thực hiện bởi các tín hữu, những người cùng chia sẻ gánh nặng cầu nguyện cho Giáo hội và cho các quốc gia.

Giờ đây, **hai mươi năm sau** , cuốn sách nhỏ này được biên soạn để giúp những người khác tham gia vào sứ mệnh tương tự. Nó cũng đang được dịch sang **hơn 50 ngôn ngữ** , với tầm nhìn huy động một phong trào toàn cầu gồm **10 triệu người cầu nguyện** .

Hãy trở thành một phần của phong trào cầu nguyện toàn cầu này vì vinh quang của Chúa.

Tài liệu này cung cấp một khuôn khổ có cấu trúc cho việc cầu nguyện chuyển cầu và bao gồm:

- **320 điểm cầu nguyện chiến lược dựa trên Kinh Thánh**
- **40 ngày cầu nguyện tập trung**
- **Tám giờ canh thức cầu nguyện mỗi ngày**
- **Nền tảng Kinh Thánh cho sự biến đổi quốc gia và văn hóa**
- **Cầu nguyện có mục tiêu cho Bảy Lĩnh vực Ảnh hưởng**

Những lời cầu nguyện này không chỉ đơn thuần là những suy niệm sùng kính. Chúng là những lời cầu **thay mang tính điều hành** – những lời cầu nguyện giúp Giáo hội phù hợp với mục đích cứu chuộc của Chúa dành cho các nhà lãnh đạo, các nền văn hóa và các quốc gia.

Cuốn sách nhỏ này mời gọi các tín hữu, người cầu nguyện, các nhóm cầu nguyện và các nhà thờ cùng tham gia vào một sự canh thức hiệp nhất để:

• Hội Thánh sẽ trỗi dậy trong sự thuần khiết, hiệp nhất và thẩm quyền thuộc linh
• Các nhà lãnh đạo trên khắp các đỉnh cao quyền lực sẽ gặp gỡ sự khôn ngoan của Chúa • Phúc Âm sẽ đến với những người chưa tin • Và Vương quốc của Đức Chúa Trời sẽ được thiết lập trong các quốc gia

Lời kêu gọi vẫn giữ nguyên như thuở ban đầu:

Hãy đứng ra bảo vệ chỗ trống.

Và nhờ lời cầu nguyện chân thành, nguyện xin ý muốn của Chúa được thực hiện **dưới đất cũng như trên trời** .

Shalom.

Zacharias Godseagle
Amb . MO Ogbe
C. Ladi Ogbe
Hội thánh God's Eagle Ministries
https://www.otakada.org
ambassador@otakada.org

Đánh giá của độc giả trước khi phát hành

Tiếng nói từ những người cầu nguyện thay cho người khác

"Đứng vào vị trí cầu thay cho các quốc gia không chỉ là một cuốn cẩm nang cầu nguyện mà còn là một cuốn sách hướng dẫn chiến lược về quản trị tâm linh. Những sự canh thức có cấu trúc, nền tảng Kinh Thánh và những lời cầu nguyện nhắm mục tiêu vào Bảy Ngọn Núi khiến cuốn sách này trở thành một công cụ mạnh mẽ dành cho những người cầu nguyện nghiêm túc."
— Mục sư trưởng và người lãnh đạo Vương quốc Chúa Trời

"Cuốn sách này mang trọng trách của hàng thập kỷ vâng phục trong cầu nguyện. Những lời cầu nguyện mạnh mẽ, dựa trên Kinh Thánh và mang tính tiên tri. Nó trang bị cho các tín đồ khả năng cầu nguyện vượt ra ngoài nhu cầu cá nhân và hướng đến mục đích của Chúa dành cho các quốc gia."
— Lãnh đạo Phong trào Cầu nguyện Toàn cầu

"Hiếm khi chúng ta tìm thấy một nguồn tài liệu cầu nguyện kết hợp giữa chiến trận tâm linh sâu sắc, cầu thay cho giới lãnh đạo và tầm nhìn về Nước Trời toàn cầu. Cẩm nang này sẽ khơi dậy một cấp độ cầu nguyện mới trong mỗi cá nhân và các hội thánh."
— Lãnh đạo Mục vụ Tông đồ

"Cấu trúc 40 ngày với tám canh thức cầu nguyện mỗi ngày tạo ra một nhịp điệu cầu nguyện có kỷ luật, giúp các tín đồ hòa hợp với kế hoạch của thiên đàng. Đây là một nguồn lực mạnh mẽ cho các nhóm cầu nguyện và các mục vụ."
— Giám đốc Mạng lưới Cầu nguyện Liên tục

"Cuộc gặp gỡ của tác giả với Chúa và sự tận tâm suốt hai thập kỷ đối với sứ mệnh này đã mang lại cho cuốn sách một uy tín đặc biệt. Nó vừa mang tính thực tiễn vừa mang tính tiên tri sâu sắc."
— Người cố vấn lãnh đạo Cơ đốc giáo

"Trong thời điểm các quốc gia đang hỗn loạn, Giáo hội cần những cuốn sách hướng dẫn như thế này để kêu gọi các tín hữu trở lại bàn thờ cầu nguyện. Tác phẩm này trang bị cho thân thể Chúa Kitô khả năng đứng vững để lấp đầy khoảng trống một cách hiệu quả."
— Lãnh đạo Bộ Quốc tế

"Những lời cầu nguyện trong cuốn hướng dẫn này không phải là những lời cầu nguyện hời hợt hay thụ động. Chúng là những lời cầu nguyện mang tính chỉ đạo—những lời tuyên bố mạnh mẽ dựa trên Kinh Thánh, giải phóng mục đích của Chúa đối với các thành phố và quốc gia."
— Điều phối viên cầu nguyện chuyển cầu

"Đây là một trong những cuốn cẩm nang cầu nguyện toàn diện nhất dành cho người cầu thay mà tôi từng thấy. Sự kết hợp giữa khuôn khổ Bảy Ngọn Núi với việc canh thức cầu nguyện có kỷ luật là vô cùng xuất sắc."

— Tác giả Cơ Đốc giáo & Chuyên gia chiến lược cầu nguyện

"Nếu bạn là người cầu thay, lãnh đạo nhà thờ, hoặc tham gia phong trào cầu nguyện, cuốn sách này sẽ trở thành người bạn đồng hành không thể thiếu trong đời sống cầu nguyện của bạn."
— Mục sư & Người sáng lập nhà thờ

"Chiều sâu của Kinh Thánh, những lời tuyên bố tiên tri và việc kiêng ăn có hệ thống khiến đây trở thành một công cụ tâm linh quan trọng dành cho những ai mong muốn cộng tác với Chúa trong việc định hình tương lai của các quốc gia."
— Lãnh đạo Sứ mệnh Toàn cầu

"Đứng vào vị trí cầu thay cho các quốc gia kêu gọi các tín đồ trở lại vai trò thầy tế lễ của mình—cầu nguyện cho các nhà lãnh đạo, cộng đồng và nền văn hóa để Nước Chúa được thiết lập trên trái đất."
— Nhà giáo dục Cơ đốc

"Cuốn sách này không chỉ dạy về cầu nguyện mà còn khơi dậy tinh thần cầu thay. Nó sẽ truyền cảm hứng cho các tín hữu trên toàn thế giới đứng lên làm người canh giữ cho Giáo hội và các quốc gia."
— Người điều phối phong trào cầu nguyện

Lời tựa

Lời kêu gọi đứng ra bảo vệ chỗ trống

Có những khoảnh khắc trong cuộc sống khi Chúa can thiệp vào nhịp sống thường nhật của chúng ta và kêu gọi chúng ta làm điều gì đó mà chúng ta chưa từng ngờ tới.

Những khoảnh khắc ấy thường đến giữa lúc bất an, dễ tổn thương và buông xuôi—những lúc chúng ta nhận ra rằng chỉ riêng sức mạnh của mình thôi là chưa đủ.

Cẩm nang cầu nguyện này là kết quả của một khoảnh khắc như vậy.
Tháng **3 năm 2006** , trong một giai đoạn đầy thử thách đối với gia đình tôi khi vợ tôi đang nằm viện ở London và trải qua ca sinh khó, tôi đã cảm nhận được sự thôi thúc từ Chúa Thánh Thần, điều đã định hình nên hướng đi của những năm tháng sau đó.

Điều bắt đầu như một hành động vâng lời đơn giản—đáp lại một thôi thúc bắt đầu nhịn **ăn bốn mươi ngày** —nhanh chóng cho thấy nó là một điều gì đó lớn lao hơn nhiều so với một bài tập tâm linh cá nhân.
Trong thời gian cầu nguyện đó, gánh nặng mà Chúa đặt vào lòng tôi không tập trung vào hoàn cảnh cá nhân của tôi. Thay vào đó, những ấn tượng đến với tôi hướng về **Giáo Hội, các vị lãnh đạo của Giáo Hội và tình trạng tâm linh của thân thể Chúa Kitô trên khắp các quốc gia** .
Những lời cầu nguyện đó liên tục hướng đến những nơi có tầm ảnh hưởng trong xã hội—những lĩnh vực định hình hướng đi của cộng đồng, văn hóa và chính phủ.

Theo thời gian, rõ ràng đây không phải là trải nghiệm chỉ diễn ra một lần, mà là sự khởi đầu của một nhiệm vụ cầu thay liên tục.

Kể từ mùa đầu tiên vào **năm 2006** , nghi thức cầu nguyện và ăn chay kéo dài bốn mươi ngày này được tổ chức hàng năm từ **ngày 17 tháng 3 đến ngày 25 tháng 4** .

Qua nhiều năm, nhiệm vụ vẫn không thay đổi: đứng ra cầu thay cho Giáo hội, cầu nguyện cho các nhà lãnh đạo ở bất cứ vị trí nào trong phạm vi ảnh hưởng định hình thế giới của chúng ta, và tìm kiếm mục đích của Chúa dành cho các quốc gia.

Điều bắt đầu như một hành động vâng phục cá nhân, nhờ ân điển của Chúa, đã trở thành gánh nặng chung của các tín hữu, những người cảm nhận được cùng một lời kêu gọi cầu thay cho Giáo hội và các quốc gia.

Cuốn sách này đánh dấu một cột mốc quan trọng trong hành trình đó.

Nhân dịp kỷ niệm **hai mươi năm cầu nguyện trung tín** , cẩm nang cầu nguyện này được biên soạn để giúp những người khác cùng tham gia vào sự canh thức cầu nguyện này.

Cẩm nang cung cấp một khuôn khổ có cấu trúc gồm các điểm cầu nguyện dựa trên Kinh Thánh, được thiết kế để hướng dẫn các tín hữu trải qua bốn mươi ngày cầu nguyện tập trung.

Tôi hy vọng nguồn tài liệu này sẽ khuyến khích nhiều người tái khám phá sức mạnh của việc đứng trước Chúa để bênh vực người khác.

Những trang tiếp theo sẽ kể về câu chuyện cuộc gặp gỡ đã khởi đầu cho nhiệm vụ này. Trải nghiệm đó đã định hình hướng đi của hành trình cầu nguyện này và tiếp tục nhắc nhở tôi rằng Chúa vẫn kêu gọi dân Ngài đứng vào chỗ trống để thực hiện mục đích của Ngài trên trái đất.

Mong rằng cuốn cẩm nang này sẽ củng cố lòng thành kính cầu nguyện của bạn, làm sâu sắc thêm mối quan hệ của bạn với Chúa Thánh Thần, và truyền cảm hứng cho bạn tham gia vào công việc cầu thay liên tục cho Giáo Hội và các quốc gia.

Cuộc gặp gỡ đã khởi đầu nhiệm vụ

Ngày **16 tháng 3 năm 2006** , tôi đang đi đi lại lại trong hành lang một bệnh viện ở London. Vợ tôi đã chuyển dạ được ba ngày, và các bác sĩ thông báo với chúng tôi rằng nếu em bé không chào đời tự nhiên vào sáng hôm sau, cô ấy sẽ phải sinh mổ.

Lúc đó chúng tôi không hề biết rằng mẹ vợ tôi đã có linh cảm rằng vợ tôi có thể không qua khỏi khi sinh nở. May mắn thay, bà đã không kể cho chúng tôi nghe chuyện đó.

Khi tôi đi đi lại lại trong hành lang bệnh viện, một ấn tượng mạnh mẽ chợt hiện lên trong tâm trí tôi—một ấn tượng rõ ràng đến nỗi tôi không thể phớt lờ nó. Suy nghĩ ấy đơn giản nhưng vô cùng mạnh mẽ:

Hãy bắt đầu nhịn ăn 40 ngày, bắt đầu từ ngày mai.

Ngày hôm sau sẽ là **ngày 17 tháng 3 năm 2006** .

Chỉ dẫn này khiến tôi giật mình. Tôi chưa từng nhịn ăn 40 ngày bao giờ. Tuy nhiên, tôi biết rằng ấn tượng này không phải xuất phát từ suy nghĩ của riêng tôi.

Một cách để nhận biết sự thúc giục của Đức Thánh Linh là Ngài thường dẫn dắt chúng ta làm những điều phù hợp với Kinh Thánh mà khuynh hướng tự nhiên của chúng ta thường chống lại.

Khi cảm giác đó vẫn còn tồn tại, tôi bắt đầu trò chuyện với Chúa trong tâm trí mình.

"Nếu tôi phải nhịn ăn trong bốn mươi ngày, thì tôi sẽ cầu nguyện về điều gì?"

Những phản hồi đến với tôi dưới dạng những ấn tượng trong tâm trí. Tôi được hướng dẫn lấy một cuốn sổ và bắt đầu viết. Ngay tại phòng bệnh viện, tôi bắt đầu ghi lại những gánh nặng cầu nguyện đến với mình.

Điều khiến tôi ngạc nhiên là những lời cầu nguyện không tập trung vào hoàn cảnh của vợ tôi. Thay vào đó, chúng tập trung vào các mục sư, nhà thờ và sự hiệp nhất trong thân thể Chúa Kitô.
Vào lúc đó, tôi đã cầu nguyện với Chúa.
Tôi cầu nguyện: "Nếu con muốn hoàn thành kỳ ăn chay bốn mươi ngày này, con muốn được gặp Chúa trước khi kỳ ăn chay kết thúc."
Không có phản hồi nào cho yêu cầu đó.
Sau đó tôi đã hiểu lý do.
Chúa thường chờ đợi sự vâng phục của chúng ta trước khi tiết lộ bước tiếp theo trong kế hoạch của Ngài.

Kinh Thánh cho thấy rõ điều này. Khi Giô-na chạy trốn khỏi sự sai khiến của Chúa, Chúa vẫn im lặng cho đến khi Giô-na trở lại vâng lời.
Chỉ sau đó cuộc trò chuyện mới tiếp tục.
Ba ngày trước khi kết thúc kỳ ăn chay bốn mươi ngày đó — vào **ngày 22 tháng 4 năm 2006, lúc 5 giờ sáng** — Chúa đã đáp lời cầu nguyện của tôi.

Tôi đang nửa tỉnh nửa mê thì một Thực Thể xuất hiện dưới hình dạng con người. Hai tay Ngài khoanh sau lưng, và Ngài chậm rãi bước về phía tôi qua khung cửa sổ vào phòng khách.
Tôi có thể nhìn thấy hình dáng Ngài rõ ràng, dù khuôn mặt Ngài không hoàn toàn hiện ra.

Khi Ngài tiến đến gần, không gian xung quanh tôi bắt đầu rung chuyển với một lực rất mạnh. Khu vực xung quanh chân tôi dường như tan biến rồi lại tái tạo liên tục khi Ngài đến gần hơn.

Khi sự hiện diện đó lan đến vùng ngực và đầu tôi, sức mạnh càng dữ dội hơn bất cứ điều gì tôi từng trải nghiệm.
Thật khó để diễn tả sức mạnh mãnh liệt của khoảnh khắc đó.
Tôi quên mất thời gian. Quá choáng ngợp trước cường độ của cuộc gặp gỡ, tôi thấy mình lăn lộn trên sàn nhà, cầu xin Ngài dừng lại và nói cho tôi biết Ngài muốn tôi làm gì.
Trải nghiệm đó đánh dấu sự khởi đầu của một hành trình sâu sắc hơn với Chúa.

Sau cuộc gặp gỡ đó, tôi bắt đầu nhận được những giấc mơ và khải tượng liên quan đến thân thể của Chúa Kitô. Trong một khải tượng, tôi thấy Chúa Giê-su bước vào một căn phòng, và thân thể Ngài hiện ra rời rạc—mỗi phần chỉ được nối với nhau bằng những sợi da mỏng.
Mỗi phần tượng trưng cho một bộ ngành.
Mối liên hệ giữa họ rất yếu.
Khải tượng ấy đã hé lộ một sự thật đau lòng: những chia rẽ trong Giáo hội—sự cạnh tranh, kiêu ngạo và ganh đua giữa các chức vụ—đang làm suy yếu sự hiệp nhất của thân thể Chúa Kitô.
Khi tôi hỏi Chúa rằng mình thuộc về đâu trong thân thể rời rạc này, câu trả lời của Ngài rất rõ ràng:
"Hãy tìm những nhà thờ đào tạo môn đệ. Đừng để bị lay động bởi số lượng."

Từ thời điểm đó trở đi, nhiệm vụ đã trở nên rõ ràng.
Hàng năm, bắt đầu từ **ngày 17 tháng 3 và kết thúc vào ngày 25 tháng 4** , một tuần cầu nguyện và kiêng ăn kéo dài bốn mươi ngày sẽ được tổ chức—để cầu thay cho Giáo hội, các nhà lãnh đạo của Giáo hội và các quốc gia.

Hướng dẫn cầu nguyện này là một biểu hiện của nhiệm vụ đang tiếp diễn đó.

Lời tác giả

Hướng dẫn cầu nguyện này là kết quả của nhiều năm suy ngẫm, cầu nguyện và vâng phục một nhiệm vụ bắt đầu từ năm 2006. Điều khởi đầu như một mùa ăn chay và cầu thay cá nhân dần trở thành một thời gian cầu nguyện định kỳ được thực hiện hàng năm từ **ngày 17 tháng 3 đến ngày 25 tháng 4** .

Theo thời gian, nhiều người khác bắt đầu cùng chia sẻ gánh nặng cầu nguyện cho Giáo hội, các vị lãnh đạo của Giáo hội và các quốc gia. Mong muốn cung cấp một nguồn tài liệu có cấu trúc cho những người muốn tham gia vào mùa cầu nguyện này đã dẫn đến việc biên soạn cuốn cẩm nang này.

Những lời cầu nguyện trong cuốn sách này bắt nguồn từ Kinh Thánh và được hình thành bởi niềm tin rằng sự cầu thay đóng vai trò thiết yếu trong việc thực hiện các mục đích của Chúa trên trái đất. Chúng nhằm mục đích giúp các tín đồ tham gia cầu nguyện một cách suy nghĩ và kiên trì trong suốt thời gian canh thức bốn mươi ngày.

Hướng dẫn này có thể được sử dụng bởi các cá nhân, gia đình, nhóm cầu nguyện và nhà thờ muốn đứng ra cầu thay cho thân thể Chúa Kitô và cho các quốc gia.

Chúng tôi cầu nguyện rằng mỗi độc giả khi đọc những lời cầu nguyện này sẽ phát triển sâu sắc hơn trong mối quan hệ với Chúa và vững mạnh hơn trong cam kết cầu thay cho người khác.

Nguyện xin Chúa ban sức mạnh cho tất cả những ai đáp lại lời kêu gọi cầu nguyện này.

Zacharias Godseagle
Amb . MO OGBE

Lời tác giả

Làm sao để nghe được tiếng Chúa?

Xuyên suốt Kinh Thánh, Đức Chúa Trời tự tỏ mình là Đấng phán dạy dân Ngài. Từ những trang đầu tiên của Kinh Thánh cho đến chức vụ của Chúa Giê-su và công việc của Đức Thánh Linh trong Giáo Hội, tiếng nói của Đức Chúa Trời đã hướng dẫn, sửa dạy và chỉ bảo những ai tìm kiếm Ngài.

Chính Chúa Giê-su đã phán:

"Chiên của Ta nghe tiếng Ta, Ta biết chúng, và chúng theo Ta."

— Giăng 10:27

Do đó, việc nghe được tiếng Chúa không chỉ dành riêng cho một vài cá nhân đặc biệt. Đó là một phần trong mối quan hệ mà Chúa mong muốn có với con cái Ngài.

Tuy nhiên, việc học cách nhận ra tiếng nói của Chúa đòi hỏi sự trưởng thành về mặt tâm linh, sự khiêm nhường và sự phù hợp với Lời Chúa.

Cách thức chính mà Đức Chúa Trời phán dạy

Cách rõ ràng và đáng tin cậy nhất để Đức Chúa Trời phán dạy là qua **Kinh Thánh** . Lời Chúa bày tỏ tính cách, ý muốn và mục đích của Ngài. Bất kỳ ấn tượng, khải tượng, giấc mơ hay suy nghĩ nào trái ngược với Kinh Thánh đều không thể đến từ Đức Chúa Trời.

Vì lý do này, những người tin Chúa phải luôn bám rễ vào Lời Chúa.

Chứng nhân nội tâm của Đức Thánh Linh

Đức Thánh Linh thường truyền đạt thông qua điều mà nhiều tín đồ mô tả là **sự chứng kiến bên trong** . Điều này có thể biểu hiện dưới dạng một niềm tin mạnh mẽ, một ấn

tượng dai dẳng trong lòng, hoặc một cảm giác sâu sắc về hướng đi phù hợp với Kinh Thánh.
Đôi khi những ấn tượng này xuất hiện dưới dạng những suy nghĩ bất chợt nảy ra trong tâm trí—những ý tưởng phù hợp với bản chất và mục đích của Chúa.

Giấc mơ và Tầm nhìn
Trong suốt Kinh Thánh, Đức Chúa Trời thường xuyên truyền đạt ý muốn của Ngài qua giấc mơ và khải tượng. Giô-sép, Đa-ni-ên, Phi-e-rơ và Phao-lô đều trải nghiệm những khoảnh khắc khi Đức Chúa Trời bày tỏ ý muốn của Ngài theo cách này.

Trong Công vụ các Tông đồ 2:17, sứ đồ Phi-e-rơ tuyên bố: *"Con trai và con gái các ngươi sẽ nói tiên tri, thanh niên các ngươi sẽ thấy khải tượng, và người già các ngươi sẽ nằm mơ."*
Tuy nhiên, những kinh nghiệm này luôn phải được đối chiếu với Kinh Thánh và được xác nhận qua lời cầu nguyện.

Chúa cũng phán dạy qua hoàn cảnh và con người.
Chúa cũng có thể hướng dẫn dân Ngài qua các hoàn cảnh, lời khuyên khôn ngoan và sự phục vụ của các tín hữu khác. Các mục sư, người hướng dẫn tâm linh và những tín hữu trưởng thành thường đóng vai trò quan trọng trong việc giúp chúng ta nhận biết sự hướng dẫn của Chúa.
Trong mọi trường hợp, Thánh Linh của Đức Chúa Trời sẽ không bao giờ dẫn dắt các tín đồ vào sự kiêu ngạo, hoang mang, hoặc những hành động trái ngược với lời dạy của Chúa Kitô.

Kiểm chứng những gì chúng ta nghe được
Vì những cảm nhận thuộc linh đôi khi có thể bị hiểu sai, Kinh Thánh khuyến khích các tín đồ kiểm chứng những gì mình nhận được.
Sứ đồ Gioan đã viết:

"Hỡi anh em yêu dấu, đừng tin mọi thần linh, nhưng hãy thử nghiệm xem các thần linh có phải từ Đức Chúa Trời mà đến không."
— 1 Giăng 4:1
Ba câu hỏi quan trọng có thể giúp định hướng quá trình phân định:
• Nó có phù hợp với Lời Chúa không?
• Nó có phản ánh phẩm chất của Chúa Kitô không? • Nó có mang lại sự sáng suốt, bình an và công chính không?
Khi những yếu tố này hiện diện, các tín đồ có thể tiến bước với sự tự tin rằng Đức Thánh Linh đang hướng dẫn họ.

Phát triển lòng nhạy bén với Chúa
Học cách lắng nghe tiếng Chúa là một phần của hành trình trưởng thành tâm linh. Khi các tín đồ dành thời gian cầu nguyện, nghiên cứu Kinh Thánh và luôn chú tâm đến sự dẫn dắt của Đức Thánh Linh, khả năng nhận biết sự hướng dẫn của Chúa sẽ trở nên rõ ràng hơn.
Mục đích của việc lắng nghe tiếng Chúa không phải là để theo đuổi những trải nghiệm phi thường, mà là để vun đắp mối quan hệ sâu sắc hơn với Ngài và trung thành bước đi theo ý muốn của Ngài.
Khi bước vào mùa cầu nguyện và khẩn cầu này, hãy cầu xin Chúa Thánh Thần hướng dẫn bạn, nói chuyện với tâm hồn bạn và dẫn bạn đến sự hiệp thông sâu sắc hơn với Chúa.

Những lời cầu nguyện, tuyên bố và sự che chở tâm linh hàng ngày toàn diện 360 độ

Tuyên bố Khai mở và Niêm phong Cổng năng lượng cho Bảy Ngọn núi Ảnh hưởng

(10 Chiến lược kích hoạt cầu nguyện)

Lịch cầu nguyện

Những lời cầu nguyện này có thể được sử dụng theo hai cách:

• **Hãy cùng nhau cầu nguyện cả 10 phần vào lúc nửa đêm** trước khi bắt đầu lời cầu nguyện hằng ngày.

• **Cầu nguyện một phần mỗi hai giờ** , bao quát toàn bộ thời gian canh thức tâm linh trong ngày.

Cấu trúc xem video được đề xuất:

- **00:00 - Khai mạc Cổng thông tin & Phần 1**
- **2:00 sáng – Phần 2**
- **4:00 sáng – Phần 3**
- **6:00 sáng – Phần 4**
- **8:00 sáng – Phần 5**
- **10:00 sáng – Phần 6**
- **12:00 trưa – Phần 7**
- **14:00 – Phần 8**
- **4:00 chiều – Phần 9**

- **18:00 – Phần 10 (Tuyên bố niêm phong)**

Những lời tuyên bố này thiết lập thẩm quyền tâm linh, mở ra các cánh cửa cầu nguyện, phá bỏ sự phản đối và niêm phong sự cầu thay bao phủ **cá nhân, Giáo hội và Bảy Ngọn Núi Ảnh Hưởng** .

Kinh Thánh để đọc, suy ngẫm và chiêm nghiệm nhằm áp dụng vào đời sống hằng ngày:

Lu-ca 9:23 - ***Rồi Ngài phán cùng mọi người rằng: "Nếu ai muốn theo Ta, người ấy phải từ bỏ chính mình, vác thập tự giá mình mỗi ngày mà theo Ta.***

1 Ti-mô-thê 6: ***11-14 Nhưng hỡi người của Đức Chúa Trời, hãy tránh xa những điều ấy và theo đuổi sự công chính, lòng thánh thiện, đức tin, tình yêu thương, sự kiên nhẫn và sự hiền lành. Hãy chiến đấu trận chiến đức tin tốt đẹp, nắm lấy sự sống đời đời, là điều mà anh em cũng đã được kêu gọi và đã tuyên xưng đức tin tốt lành ấy trước mặt nhiều người làm chứng. Tôi khuyên anh em trước mặt Đức Chúa Trời, Đấng ban sự sống cho muôn vật, và trước mặt Chúa Giê-su Christ, Đấng đã làm chứng cho lời tuyên xưng đức tin tốt lành ấy trước mặt Pontius Pilate, rằng anh em hãy giữ điều răn này cách trọn vẹn, không tì vết, cho đến khi Chúa Giê-su Christ hiện đến."***

Nếu các con giữ lời Ta, thì các con thật là môn đồ Ta. (Giăng 8:31)

"Đừng để điều ác thắng mình, nhưng hãy lấy điều thiện mà thắng điều ác ." Rô-ma 12:21.

Cũng vậy , anh em hãy coi mình là đã chết đối với tội lỗi, nhưng sống cho Đức Chúa Trời trong Chúa Giê-su Christ, Chúa chúng ta. Vì vậy, đừng để tội lỗi ngự trị trong thân thể hay chết của anh em, khiến anh em phải vâng theo những dục vọng của nó . Rô-ma 6:11-12.

Nhưng nếu nhờ Đức Thánh Linh mà anh em diệt trừ những việc làm của xác thịt, thì anh em sẽ sống . Rô-ma 8:13.

Vì vậy, bởi Đấng Christ đã chịu khổ trong thân xác, các ngươi cũng hãy trang bị cho mình cùng một tâm trí như vậy, vì người nào đã chịu khổ trong thân xác thì đã chấm dứt tội lỗi… 1 Phi-e-rơ 4:1.

PHẦN 1 — Thiết lập quyền lực tâm linh

Lạy Cha, nhân danh Chúa Giê-su, Đấng Khởi Nguyên và Hoàn Thành đức tin của con, con đứng lên để thiết lập quyền hợp pháp và quyền thống trị của con trên vùng đất này và trên mọi lãnh thổ mà Ngài đã ban cho con quyền cai quản.

Theo **Đa-ni-ên 9:4** , Ngài là Đức Chúa Trời duy nhất vĩ đại và đáng kính sợ, giữ giao ước và lòng thương xót với những người yêu mến Ngài và với những người giữ các điều răn của Ngài.
Tôi cầu nguyện với Đức Chúa Trời, Đấng đã phán trong **2 Sử ký 7:13-16** :

"Nếu Ta đóng cửa trời lại khiến không có mưa, nếu Ta ra lệnh cho châu chấu tàn phá đất đai, hoặc nếu Ta giáng tai họa dịch bệnh giữa dân Ta; nếu dân Ta, là những người được gọi bằng danh Ta, hạ mình xuống và cầu nguyện, tìm kiếm mặt Ta, và từ bỏ những đường lối gian ác của mình, thì Ta sẽ nghe từ trời, tha thứ tội lỗi của họ, và chữa lành đất nước của họ."

Giờ đây, mắt Ngài sẽ mở ra và tai Ngài sẽ lắng nghe lời cầu nguyện được dâng lên tại nơi này.
Vì giờ đây Ngài đã chọn và thánh hóa ngôi nhà này, để danh Ngài được ở đó mãi mãi; và mắt Ngài cùng tấm lòng Ngài sẽ luôn ở đó.

Tôi tuyên bố nơi này đã được thánh hóa.

Con dâng hiến thân thể con làm của lễ sống nhờ huyết đã đổ ra của Chúa Giê-su, Đấng Cứu Chuộc và Cứu chuộc con.

Xin Chúa thánh hóa và làm cho những lời cầu nguyện này đẹp lòng Ngài.

Tôi thú nhận tội lỗi của mình và tội lỗi của cha ông chúng ta. Nguyện xin ân điển và lòng thương xót bao trùm chúng ta.

Tôi tuyên bố rằng lời cầu nguyện của tôi được tự do bay lên cõi siêu nhiên và không bị ràng buộc bởi trần gian.

Tôi đồng thuận với Tòa án Tối cao trên Thiên đường.

Ta đang ngự trên thiên đường cùng với Chúa Giê-su Christ; vì vậy, ta chiến đấu từ cõi trần gian này.

Tôi tuyên bố rằng sự xức dầu của Chúa phá vỡ mọi xiềng xích, mở ra mọi cánh cửa, và phái các thiên thần đến hỗ trợ tôi khi tôi tiến vào những cấp độ mới, chiều không gian mới, cõi mới và lãnh thổ mới.

Hãy để có một bước đột phá trên trời cao.

Tôi khai thác dòng chảy tâm linh mang tính tông đồ và tiên tri.
Tôi phá vỡ những rào cản vô hình.
Tôi phá vỡ những rào cản tinh thần và những bức tường sắt.
Tôi tuyên bố rằng một bầu không khí đột phá đã được thiết lập.
Tôi điều chỉnh lại bầu không khí tâm linh và tuyên bố rằng mọi sự nguội lạnh phải được thay thế bằng ngọn lửa và lòng nhiệt thành của Chúa.

Xin Chúa Thánh Thần và lửa làm phép báp têm cho con. Nguyện xin lửa cháy trong miệng con khi con dâng lời cầu nguyện này.

Tôi tuyên bố có quyền năng trên mọi bầu không khí và môi trường ma quỷ và tà ác do hoạt động giáo phái, hình ảnh thay đổi vận mệnh, bùa chú, lời nói xấu xa, phù phép, môi trường thù địch, nỗi sợ hãi, khủng bố, nghi lễ, hận thù, thù hận sắc tộc và bạo lực tạo ra, nhân danh Chúa Giê-su.

Tôi ra lệnh cho bầu không khí tâm linh phải thay đổi. Biến đổi khí hậu kinh tế.
Biến đổi khí hậu xã hội. Biến đổi khí hậu văn hóa. Biến đổi khí hậu giáo dục. Biến đổi khí hậu chính trị. Biến đổi khí hậu tôn giáo.

Tôi ra lệnh rằng bầu không khí phải tràn ngập vinh quang của Đức Chúa Trời.
Lạy Cha, xin hãy lấp đầy bầu không khí.
Xin hãy lấp đầy môi trường xung quanh bằng vinh quang của Ngài.
Tôi thay đổi môi trường này và tuyên bố rằng nó hiện đã phù hợp cho:

Mong muốn nghề nghiệp của tôi phát triển mạnh mẽ. Các mối quan hệ của tôi phát triển mạnh mẽ. Con cái tôi phát triển mạnh mẽ. Những người thân yêu của tôi phát triển mạnh mẽ. Công việc kinh doanh của tôi phát triển mạnh mẽ. Ý tưởng của tôi phát triển mạnh mẽ. Quốc gia của tôi phát triển mạnh mẽ. Chính phủ của tôi phát triển mạnh mẽ. Nền kinh tế của tôi phát triển mạnh mẽ.

Tôi tạo ra một môi trường siêu nhiên để phép màu có thể xảy ra.
Tôi chiến đấu nhân danh Chúa Giê-su và nhờ huyết Ngài đã đổ ra — huyết của Chiên Con đã bị giết trước khi thế giới được tạo dựng.

Nhờ Ngài, cái ác phải bị tiêu diệt.
Vì lý do đó , Con Thiên Chúa đã hiện ra, để Ngài tiêu diệt những việc làm của bóng tối.

Tôi ra lệnh và tuyên bố rằng các công việc của bóng tối đã bị tiêu diệt.
Tôi tuyên bố rằng mọi lời nguyền rủa giáng xuống cuộc đời tôi đều bị hóa giải.
Nhân danh Chúa Giê-su, tôi phá tan các thế lực bóng tối đang thống trị và duy trì khu vực này.
Tôi bắt giữ mọi tà linh nhờ Lời Chúa.
Hãy ban sức mạnh cho các thiên thần chiến đấu thay mặt tôi.
Tôi phản đối việc thiết lập các cứ điểm lãnh thổ.
Tôi cắt đứt những vướng mắc của bản ngã.

Hãy mở cánh cửa nhà tù tâm lý và giải thoát chúng con khỏi những linh hồn của sự xấu hổ, bối rối, quấy rối và bất công.

Xin giải thoát chúng con khỏi tinh thần cố chấp và kiêu ngạo.
Xin giải thoát con khỏi sự kỳ thị, sự tống tiền về mặt cảm xúc, những trở ngại xã hội, sự cám dỗ, những hạn chế của ma quỷ, những ảo tưởng của ma quỷ, sự nghiện ngập, những ràng buộc của ma quỷ, những định kiến văn hóa, những thành trì của giáo phái, sự mê hoặc, những truyền thống và những môi trường văn hóa chống Chúa Kitô.

Hãy giải thoát tôi khỏi những hạn chế, khuyết tật và trở ngại.

Tôi từ chối bị gạt ra ngoài lề, bị kỳ thị, bị kìm kẹp, bị khủng bố, bị gán cho một khuôn mẫu nhất định, bị chỉ

trích, bị dung thứ, bị kiểm duyệt, bị đánh giá sai, bị đối xử sai hoặc bị quản lý sai.
Tôi khoác lên mình chiếc áo choàng của ân huệ.
Tôi vô hiệu hóa những tác nhân gây hại và những điểm yếu tâm lý.
Tôi làm đoản mạch chúng.

PHẦN 2 — Bước đột phá về lãnh thổ

Tôi không khuất phục trước sự áp bức của ma quỷ. Tôi thiết lập quyền uy tối cao của mình trên vùng đất này bằng huyết, Lời và Thánh Linh của Đức Chúa Trời.

Vì lý do này , tôi nhắc nhở các bạn rằng Con Thiên Chúa đã hiện ra để Ngài có thể hủy diệt công việc của ma quỷ. Tôi tuyên bố rằng công việc của ma quỷ đã bị hủy diệt. Chúng đã bị hủy diệt trên vùng đất này, trên khu phố của tôi, trên thân thể tôi, trên gia đình tôi, trên con cái tôi, trên những người thân yêu của tôi, trên chức vụ của tôi, trên mục sư của tôi, trên bác sĩ và luật sư của tôi, và trên chính phủ của tôi. Những việc làm xấu xa của ma quỷ đã bị tiêu diệt.

Tôi tuyên bố và khẳng định rằng kế hoạch và ý định của Chúa sẽ thắng thế. Lời Chúa sẽ thắng thế. Ý muốn của Ngài sẽ thắng thế. Mục đích và vận mệnh tiên tri của tôi sẽ thắng thế. Tầm nhìn của tôi sẽ thắng thế. Công việc kinh doanh của tôi sẽ thắng thế. Ý tưởng của tôi sẽ thắng thế.

Tôi tiên tri cho bốn phương trời rằng những thứ đã chết yểu và khô héo vì hoạt động của ma quỷ sẽ được hồi sinh và sống lại.

Tôi tuyên bố rằng các mảnh ghép trong vận mệnh của tôi — về tài chính, mục vụ và các mối quan hệ — đang hội tụ lại với nhau.

Cuộc sống của tôi trở nên trọn vẹn.
Tiền bạc của tôi trở nên ổn định. Công việc kinh doanh của tôi trở nên ổn định. Các mối quan hệ của tôi trở nên ổn định. Gia đình tôi trở nên ổn định. Thân thể Chúa Kitô trở nên ổn định. Công việc mục vụ của tôi

trở nên ổn định. Hôn nhân của tôi trở nên ổn định. Gia đình tôi trở nên ổn định. Ngân sách của tôi trở nên ổn định.

Chính phủ các nước cùng hợp tác.
Lãnh đạo các nước cùng hợp tác.
Mọi sự đều vận hành theo ý muốn của Ngài.
Lạy Cha, con cảm ơn Cha. Với Cha, không gì là không thể.
Vì vậy, thưa Cha, con tuyên bố và khẳng định rằng các cửa trời đã mở ra.
Hãy để trời mưa.
Lạy Chúa Thánh Thần, xin dẫn dắt chúng con vào những thời kỳ tươi mới mà Ngài đã hứa sẽ đến từ sự hiện diện của Chúa.

Tôi tuyên bố và khẳng định rằng sẽ không còn hạn hán do ma quỷ gây ra, không còn khô hạn do ma quỷ gây ra, không còn đau khổ, không còn bệnh tật, không còn trầm cảm và không còn bi kịch do ma quỷ gây ra nữa.

Chúng ta hiện hữu trong cuốn sách, như đã được viết về chúng ta trong đó.

Chúng tôi đến trong quyền năng của Đức Chúa Trời — Đức Chúa Trời của Giô-suê — và chúng tôi tuyên bố rằng mọi bức tường kiên cố nhất phải sụp đổ trong danh Chúa Giê-su và trong quyền năng của Đức Chúa Trời Tối Cao .

Tôi phá vỡ mọi rào cản, trở ngại, chướng ngại vật và những tảng đá lớn.
Tôi tuyên bố rằng tôi đang tiến bước vào sứ mệnh, mục đích và kế hoạch của Chúa.
Sự nghiệp của Chúa Kitô đang lan rộng trong khu vực này và khắp mọi nơi.

Tôi tuyên bố rằng Chúa Giê-su Christ là Chúa và Vua của các vua. Nước Thiên Chúa đã đến. Ngài là Vua trên mọi vùng đất và Nước Ngài đã gần kề.

Chúng ta nắm quyền kiểm soát mọi thành trì của ma quỷ và phá vỡ xiềng xích của sự gian ác.
Chúng ta lật đổ cái ác khỏi nơi ẩn náu bất hợp pháp của nó và giành lại vị trí quyền lực chính đáng của mình.
Chúng tôi nắm quyền kiểm soát các bàn thờ ma quỷ trên núi.
Chúng ta đứng vững trong tinh thần của Ê-li và tuyên bố rằng Đức Chúa Trời nào đáp lời bằng lửa thì Ngài chính là Đức Chúa Trời.
Chúng tôi tuyên bố rằng lửa của Đức Chúa Trời sẽ thiêu rụi mọi bàn thờ.

Chúng tôi ra lệnh rằng quyền lực của kẻ thù phải bị phá vỡ khỏi cuộc sống của chúng tôi, khỏi chức vụ của chúng tôi, khỏi gia đình chúng tôi, khỏi tâm trí chúng tôi, khỏi các mối quan hệ của chúng tôi.
Chúng bị tách rời khỏi thân thể chúng ta, khỏi cuộc sống của chúng ta, khỏi con cái chúng ta, khỏi hôn nhân của chúng ta, khỏi người bạn đời của chúng ta, khỏi công việc kinh doanh của chúng ta và khỏi những hoạt động thường nhật của chúng ta.

Chúng tôi tuyên bố và khẳng định rằng cái ác không còn quyền kiểm soát cuộc sống của chúng ta nữa.

Chúng ta thoát khỏi sự kiểm soát độc ác của kẻ thù.
Chúng ta thoát khỏi những khuôn mẫu xấu.

Chúng ta thoát khỏi những vật thờ cúng, bùa chú, vật hộ mệnh, bùa ngải, vật may mắn, xiềng xích, sự ràng buộc, bùa chú, nghiện ngập, lời nguyền truyền đời, linh hồn thừa kế, cái chết, nghèo đói, thờ ơ, tuyệt vọng, lạm dụng, bất lực và sự thiếu cầu nguyện.

Chúng tôi ra lệnh và tuyên bố rằng chúng đã bị tiêu diệt.

Bất kể phù thủy, pháp sư, thầy bùa, hiền triết và những kẻ thao túng tôn giáo đang sử dụng bất cứ phương tiện nào để giải phóng lời nguyền rủa — thông qua tranh ảnh, quần áo, sợi tóc, đồ dùng cá nhân, trang phục, bát đĩa, bụi, máu, búp bê voodoo, bàn thờ, bùa hộ mệnh, nước, chổi, hỗn hợp, hoặc bất cứ thứ gì khác — tôi ra lệnh cho chúng phải bị tiêu diệt nhân danh Chúa Giê-su.

Chúng ta cắt đứt các kênh liên lạc giữa các linh hồn quen thuộc và chấm dứt các hoạt động bất hợp pháp được thiết kế để cản trở kế hoạch và mục đích của Chúa trong cuộc sống của chúng ta.

Chúng tôi ra lệnh phải phá bỏ mọi sự ràng buộc xấu xa.
Chúng tôi ra lệnh phá vỡ các sợi dây ràng buộc.
Chúng ta ra lệnh phá hủy mọi thành trì.
Chúng ta nắm quyền năng trên các thế lực nghi ngờ, vướng mắc, rối ren, sợ hãi, kinh hoàng, hoang mang, thiếu đức tin, hăm dọa, tội lỗi và bất công.
Chúng ta giải thoát bản thân khỏi những thành trì của kẻ thù và khỏi những thế lực tâm linh đen tối đang tấn công tâm trí chúng ta.

Lạy Cha, nhân danh Chúa Giê-su, khi chúng con đứng cầu nguyện, chúng con phá vỡ những thành trì của kẻ thù bằng cách:

Bàn tay của Chúa.
Ngón tay của Chúa. Lời Chúa. Huyết của Chúa Giê-su

Ki-tô. Quyền năng của Đức Thánh Linh. Sự xức dầu của Chúa. Sự can thiệp của các sứ đồ. Sự trợ giúp của các thiên thần.

Lạy Cha, chúng con trỗi dậy trong tinh thần của Zerubbabel và Elijah và cầu xin **ân điển, ân điển** cho các ngọn núi và các bàn thờ ma quỷ của chúng.
Lạy Cha, xin hãy khiến chúng bị lửa của Ngài thiêu rụi.

PHẦN 3 — Thống trị các thành trì

Chúng tôi thiết lập quyền thống trị của Chúa Kitô trên vùng đất này.
Tôi tuyên bố rằng quyền lực của họ không có hiệu lực đối với vùng đất này.
Tôi tuyên bố theo **Ê-sai 9:6-7** :

"Vì một Con trẻ đã sinh ra cho chúng ta, một Con trai đã được ban cho chúng ta; quyền cai trị sẽ đặt trên vai Ngài; danh Ngài sẽ được gọi là Đấng Kỳ Diệu, Đấng Cố Vấn, Đức Chúa Trời Toàn Năng, Cha Đời Đời, Hoàng Tử Bình An. Sự gia tăng quyền cai trị và bình an của Ngài sẽ không có hồi kết. Trên ngai vàng của Đa-vít và trên vương quốc của Ngài, để cai quản và thiết lập nó bằng sự phán xét và công lý từ nay cho đến đời đời. Lòng nhiệt thành của Chúa các đạo binh sẽ thực hiện điều này."

các cổng thành , hãy ngẩng đầu lên !
Hỡi những cánh cửa vĩnh cửu, hãy mở ra! Và Vua Vinh Quang sẽ bước vào.

Tôi xin nhắc lại một lần nữa rằng lòng nhiệt thành của Chúa sẽ thực hiện điều này.

Không ai sánh được với Thượng đế của tôi.

Không ai quyền năng bằng Đức Chúa Trời của tôi.

Ngài là **Jehovah Gibbor** .

Lạy Cha, chúng con thờ phượng Ngài.
Lạy Cha, chúng con ngợi khen Ngài.
Chúng ta sẽ không quỳ gối trước bất kỳ vị thần nào khác.
Không có vị thần nào khác giống như Đức Giê-hô-va.

Lạy Cha, chúng con tuyên bố nắm quyền trên kẻ cầm đầu thế lực không trung và thiết lập quyền lực tối cao của chúng con trên vùng đất này nhân danh Chúa Giê-su.
Hãy chấm dứt sự áp bức, sự chống đối và những gánh nặng giả dối của ma quỷ.

Trong cơn thịnh nộ của Ngài, xin hãy phân tán hoạt động của kẻ thù chúng con, và trong sự khinh miệt của Ngài, xin hãy chia rẽ chúng.

Chúng tôi tuyên bố và khẳng định rằng tâm trí chúng tôi hoàn toàn tự do, không bị ràng buộc bởi bất kỳ thế lực nào.
Người nào được Con Đức Chúa Trời giải phóng thì quả thật được tự do.
Chúng tôi ra lệnh cho trời mở ra.

Lạy Cha, xin dọn đường và tạo ra những con đường siêu nhiên không có bất kỳ rào cản nào của ma quỷ cản trở lời cầu nguyện của chúng con.

Nhân danh Chúa Giê-su, chúng tôi bắt giữ những thế lực chịu trách nhiệm về hoạt động buôn bán ma quỷ và nghiêm cấm mọi sự can thiệp, cản trở và chặn bắt tiếp theo.

Tôi đặt áp lực mang tính tiên tri và tông đồ lên thiên đường.
Ta ra lệnh mở tất cả các cánh cổng ma quỷ.

Những cánh cổng bằng đồng và song sắt – hãy mở ra.
Cha ơi, hãy đóng kín mọi cánh cổng của ma quỷ.
Không cho phép kẻ thù tiếp cận các khu vực bị cấm.
Chớ để cho ma quỷ hay thế lực tà ác xâm nhập.
Khi tôi tiến lên, tôi ra lệnh và tuyên bố rằng mọi thành trì thống trị vùng đất này đều đã bị phá vỡ khỏi tâm trí tôi.

Tôi tuyên bố và khẳng định rằng Chúa thanh tẩy tâm trí tôi, ban cho Đức Thánh Linh quyền tự do và không bị cản trở để bước vào tâm trí, linh hồn và tinh thần tôi. Tôi tuyên bố rằng sẽ không có sự chiếm đoạt nào của ma quỷ đối với những hiểu biết siêu nhiên, những mặc khải tiên tri, những ý tưởng dí dỏm, những phát minh sáng tạo, nguồn cảm hứng thiêng liêng, sự khôn ngoan hay kiến thức.

Những điều này sẽ tuôn chảy tự do trong danh của Chúa Giê-su.
Mọi ngọn núi đều phải được hạ thấp.
Mọi thung lũng đều cần được nâng lên.
Mọi nơi quanh co đều phải được nắn thẳng.

Giờ đây, tôi tiến bước trên một mặt phẳng bình đẳng với trí tuệ, chiến lược và chiến thuật thần thánh được cung cấp cho tôi bất cứ khi nào tôi cần.

Tôi ra lệnh rằng những ngọn núi tâm linh, những ngọn núi về các mối quan hệ và những ngọn núi chính trị phải được dời đi.

Tôi vượt qua những rào cản tưởng chừng không thể vượt qua và không thể xuyên thủng.

Tôi phá vỡ những bức tường và rào cản tưởng chừng không thể xuyên thủng để bước vào thế giới của điều kỳ diệu, vào thế giới siêu nhiên, vào thế giới của sự gia tăng, sung túc, thịnh vượng, ảnh hưởng, giàu có và giàu sang.

Tôi tuyên bố rằng tôi sẽ vượt qua những vấn đề và tình huống khó khăn, cũng như những người cứng đầu cản trở các cuộc đàm phán thuận lợi về mặt pháp lý, kinh tế và tâm linh.

Tôi ra lệnh cho các ngươi phải hành động bằng quyền năng của huyết Chúa Giê-su.

Tôi nắm quyền năng chế ngự sức mạnh của kẻ thù chịu trách nhiệm xây dựng bàn thờ ma quỷ và các linh hồn tổ tiên thừa kế, những thứ cản trở sự thăng tiến và làm gián đoạn tiến trình của tôi.

Tôi vượt qua những rào cản ma quỷ.

Tôi ra lệnh và tuyên bố rằng mọi bức tường Jericho phải sụp đổ.

Tôi sở hữu những tài sản của mình.

Tôi có thẩm quyền giải quyết các vấn đề phát sinh từ phía đối phương.

Tôi tuyên bố sự can thiệp bất ngờ và phép màu của thần thánh.

Tôi cầu xin mọi hoàn cảnh và tình huống đều được sắp đặt theo ý Chúa trong danh Chúa Giê-su.

Tôi hóa giải mọi lời nguyền.

Tôi khai quật và loại bỏ những mầm mống ma quỷ được gieo trồng hợp pháp trong tâm trí, tâm hồn và tinh thần tôi.

Chúng sẽ không bén rễ.
Chúng không được ấp ủ, nuôi dưỡng, cho ăn hoặc tưới nước.

Tôi sẽ tiêu diệt chúng ngay bây giờ.

Tôi chỉ đón nhận những gì xuất phát từ tâm trí của Thượng đế:

Những hạt giống hy vọng.
Những hạt giống đức tin. Những hạt giống vận mệnh. Những hạt giống quyền lực. Những hạt giống thành công và thịnh vượng. Những hạt giống thánh thiện. Những hạt giống công chính. Những hạt giống sùng đạo. Những hạt giống hành xử có đạo đức. Những hạt giống luân lý.

Tôi phản đối, tránh né và từ chối mọi hoạt động vô bổ.

Tôi mang thai đủ tháng.

Tôi thoát khỏi mọi giới hạn và nhà tù ma quỷ.

Những cánh cửa bằng đồng và song sắt — hãy bị thổi bay bởi những cơn gió mạnh mẽ của Thần Linh.

Tôi chọn cách thoát khỏi những tình huống gò bó.

Tôi phá vỡ quyền lực giam cầm đối với tâm trí, công việc truyền giáo, linh hồn, tinh thần, vận mệnh, tương lai, tiếng nói, gia đình và tài chính của tôi.

Tôi bị nổi mụn.

Tôi thoát khỏi xiềng xích.

Tôi tuyên bố và ra lệnh rằng tôi có quyền năng trên mọi hoạt động thay đổi vận mệnh, sự trừng phạt và áp đặt của Sa-tan nhân danh Chúa Giê-su.

Ta ra lệnh mở tất cả các nhà tù của quỷ dữ.

Tôi giải phóng nhà thờ của mình.

Tôi giải phóng tương lai của mình.

Tôi giải phóng dân tộc tôi.

Tôi giải phóng chính phủ của mình.

Tôi trả tự do cho gia đình mình.

Tôi thả các con tôi.

Tôi từ bỏ sứ mệnh phục vụ cộng đồng của mình.

Tôi ban ơn xức dầu của mình.

Tôi giải phóng tầm ảnh hưởng của mình.

Tôi từ bỏ danh tiếng của mình.

Tôi công khai tên của mình.

Tôi buông bỏ sự bình yên của mình.

Tôi giải phóng niềm vui của mình.

Tôi giải phóng niềm hạnh phúc của mình.

Tôi từ bỏ quyền kiểm soát sức khỏe của mình.

Tôi giải phóng nó khỏi sự kiểm soát của các thế lực ma quỷ nhân danh Chúa Giê-su.

Tôi thoát khỏi sự giam cầm.

Tôi phá vỡ mọi rào cản.

Tôi vượt qua mọi giới hạn nhân danh Chúa Giê-su.

Tôi thoát khỏi sự ràng buộc về tâm lý, cảm xúc, thể xác, tình dục, tinh thần, tài chính, sự ràng buộc do chất gây nghiện, sự ràng buộc của tổ chức, sự vướng mắc của bản ngã, và các hội nhóm ma quỷ.

Nhân danh Chúa Giê-su.

PHẦN 4 — Sự giải thoát, sự cứu chuộc và thế hệ

Tất cả những kẻ đang âm mưu hãm hại tôi, những kẻ thầm nuôi lòng oán hận trước thành công của tôi, tôi giải phóng tâm trí và linh hồn các ngươi khỏi sự kìm kẹp đó.

Tôi yêu cầu các người hãy thả tôi ra.

Hãy giải thoát tôi khỏi trái tim bạn.
Hãy giải thoát tôi khỏi tâm hồn bạn. Hãy giải thoát tôi khỏi tâm trí bạn.

Tôi tuyên bố và khẳng định rằng người nào được Con giải phóng thì người đó thực sự được tự do.

Nếu con vô tình làm tổn thương hay làm thất vọng ai đó, lạy Chúa Cha, xin giải thoát con khỏi những xiềng xích của sự oán giận, không tha thứ, cay đắng, thù hận và thờ ơ.

Tôi hối hận vì sự thiếu hiểu biết và non nớt của mình.
Đừng để quá khứ ảnh hưởng tiêu cực đến tương lai của tôi.
Tôi thoát khỏi những kỳ vọng phi thực tế, những nhà tù tâm lý, sự hời hợt, những bản sắc giả tạo, sự vướng mắc của bản ngã, những ràng buộc tâm hồn, những nhãn mác và những định kiến làm suy yếu con người thật của tôi trong Chúa Kitô.
Tôi khẳng định danh tính thật của mình.
Tôi tuyên bố rằng hôm nay là bình minh của một ngày mới.
Tôi xóa bỏ mọi món nợ ma quỷ về thể chất, cảm xúc và tài chính bằng huyết của Chúa Giê-su Ki-tô.

Xin cứu rỗi linh hồn tôi và linh hồn những người thân yêu, nhân viên, giáo hội, doanh nghiệp và chính phủ khỏi các thị trường ma quỷ.

Hãy giải thoát tôi khỏi tinh thần của Giuđa — khỏi bạn bè, người thân yêu, đồng nghiệp, cộng sự, đối tác kinh doanh, nhân viên và tất cả những người đã phản bội tôi.

Lạy Cha, con tuyên bố và khẳng định rằng con đã được giải phóng.
Bạn đã giải phóng tôi.

Hôm nay, theo **Thi thiên 9:15** , **Thi thiên 72:14** và **Giê-rê-mi 31:11-14** , tôi tuyên bố rằng linh hồn tôi được giải cứu và chuộc lại bởi huyết của Chúa Giê-su khỏi các chợ của Sa-tan và khỏi các thế lực của sáu vùng đất ngầm.

Linh hồn tôi sẽ không bị bắt làm con tin.
Nó sẽ không bị bao vây.

Tôi thoát khỏi cạm bẫy của người thợ săn chim.
Tôi cất cánh bay lên như chim đại bàng.
Tôi sử dụng và áp dụng huyết của Chúa Giê-su Christ, là huyết đã chuộc lại mọi thứ liên quan đến cuộc đời, vận mệnh và mục đích của tôi.

Tôi đã được chuộc.

Gia đình tôi đã bị bắt cóc đòi tiền chuộc.
Tương lai của tôi đã bị đánh đổi.
Tài chính của tôi đã bị tống tiền.

Tôi đặt trọn tương lai và vận mệnh của mình trong Chúa Giê-su Christ.

Tôi đặt niềm tin vào Chúa Kitô để bảo vệ tương lai của những người thân yêu, công việc truyền giáo và cộng đồng của mình.

Tôi cầu nguyện cho tương lai của anh chị em ruột, con cái, cháu chắt, con đỡ đầu, cháu gái, cháu trai, cô dì chú bác, anh chị em họ, cha mẹ, ông bà, người thân bên vợ/chồng và toàn thể gia đình tôi trong danh Chúa Giê-su.

Giải cứu linh hồn họ khỏi quyền lực của thế giới ngầm.

Tôi ra lệnh và tuyên bố rằng họ sẽ không trở thành nạn nhân của tội tà dâm, mại dâm, khiêu dâm hoặc bạo lực băng đảng.

Họ không được phép xin ăn.
Họ sẽ không phải trải qua cảnh vô gia cư hay bất lực.
Họ sẽ không chết yểu hoặc chết vì nghiện ngập.
Họ không được phép trở thành những con số thống kê hay bỏ học.
Họ sẽ không bị cám dỗ mà rời xa tình yêu của Đức Chúa Trời.

Hãy giải thoát linh hồn họ khỏi những chợ đen và nhà tù của quỷ dữ.

Hãy xóa bỏ án tử hình khỏi cuộc đời họ và thay thế tinh thần sự chết bằng Thần Khí sự sống trong Chúa Giê-su Christ.

Tôi phủ quyết và hóa giải những lời nguyền trong dòng máu của chúng ta.

Chúng tôi tuyên bố và khẳng định rằng gia đình chúng tôi đã được giải thoát.

Chúng ta giải thoát khỏi những ràng buộc liên quan đến thần tượng, lời nguyền rủa, lời cầu nguyện phù thủy, hiến tế máu, lời nguyền rủa, hôn nhân sắp đặt của ma quỷ, cô dâu của Satan, chiêm tinh học, các dấu hiệu chiêm tinh, việc tham gia vào ma thuật đen, bảng Ouija, bùa chú, voodoo, chiếu hình chiêm tinh, gọi hồn, bài tarot, bói lá trà và xem chỉ tay nhân danh Chúa Giê-su.

Chúng tôi tuyên bố và khẳng định rằng gia đình chúng tôi hoàn toàn không bị ảnh hưởng bởi ma thuật đen.

Nhân danh Chúa Giê-su, chúng tôi hoàn toàn thoát khỏi Santería và mọi hình thức hoạt động ma quỷ.
Lạy Cha, con cảm ơn Cha vì Cha luôn cứu giúp chúng con mỗi ngày.

Lạy Cha, nhân danh Chúa Giê-su và nhờ huyết của Chúa Kitô, chúng con đảo ngược tác động của các mũi tiêm ma quỷ, bùa chú và chất độc được đưa vào thức ăn, vitamin, nước uống và thuốc của chúng con.

Chúng tôi đảo ngược tác động của các chất cấy ghép ma quỷ gây ra chứng nghiện, đột biến tế bào, sự phát triển bệnh tật, dị tật, khuyết tật, bất thường, biến dạng, tê liệt, tàn tật, mất trí nhớ, lờ đờ, mất ngủ, chậm phát triển, kém phát triển, lú lẫn, hệ thống miễn dịch bị ức chế, rối loạn chú ý, tăng động, rối loạn lưỡng cực, các bệnh nan y, ung thư, biến chứng nội tạng, khối u, u nang, phình động mạch, dị tật bẩm sinh, biến chứng khi sinh nở và sảy thai tự phát.

Chúng ta đảo ngược tình thế nhân danh Chúa Giê-su.

Lạy Cha, chúng con ăn năn hối lỗi về tất cả các giao ước và khế ước mà chúng con đã lập, dù cố ý hay vô ý, với các linh hồn ma quỷ.

Chúng tôi ăn năn vì đã nhận lời khuyên từ các linh hồn ma quỷ và những kẻ đại diện cho Sa-tan.

Lạy Cha, chúng con tuyên bố và khẳng định rằng các cơ quan sinh sản của linh hồn chúng con hoàn toàn không bị bất kỳ hình thức xâm nhập nào của ma quỷ chi phối.

Lạy Cha, chúng con ăn năn vì đã quỳ gối trước các thần tượng, trước những hình ảnh văn hóa chống Chúa Kitô, chấp nhận các giáo lý của ma quỷ, và tuân theo các triết lý ý thức hệ của Sa-tan và các tà giáo tôn giáo.

Lạy Cha, xin giải cứu chúng con bằng lẽ thật của Ngài, vì Lời Ngài là lẽ thật.

Xin Chúa tha thứ cho chúng con mọi lỗi lầm, hiểu lầm, ác ý, dục vọng, sự biện minh, sự thờ ơ và lòng chai lì.

Lạy Cha, chúng con tuyên bố và khẳng định rằng ma quỷ không có chỗ trong chúng con.

Chúng tôi tuyên bố độc lập khỏi mọi thành trì này.
Hãy thanh tẩy tâm trí chúng ta bằng sự gột rửa của Lời Chúa.
Xin Chúa ban cho chúng con một tấm lòng trong sạch và đổi mới một tinh thần ngay thẳng trong lòng chúng con.

Nguyện xin lời nói của miệng chúng con và sự suy ngẫm trong lòng chúng con được đẹp lòng Chúa, là sức mạnh và Đấng Cứu Chuộc của chúng con.

Xin Chúa canh giữ miệng lưỡi chúng con và giữ gìn cánh cửa môi chúng con.

Đừng để bất kỳ lời lẽ xấu xa nào phát ra từ miệng chúng ta.

Hãy đặt những bông trái của Thánh Linh lên trên những điểm yếu trong tính khí và những khuynh hướng của xác thịt chúng ta.

Xin hãy che chở chúng con trong lều của Ngài và trong nơi bí mật của Đấng Tối Cao .

Xin dẫn dắt chúng con trên con đường ngay chính vì danh Ngài.

Chúng tôi tuyên bố và khẳng định rằng chúng tôi sống chính trực.
Và người nào được Con giải phóng, tôi xin nhắc lại, thì người đó thực sự được tự do.

PHẦN 5 — Phá Vỡ Mối Ràng Buộc & Lời Nguyền

Theo sách **Phục truyền luật lệ ký 32:13** và **Gióp 29:6** , xin Chúa ban cho chúng con khả năng cưỡi trên những nơi cao của đất, ăn hoa lợi đồng ruộng, hút mật ong từ đá, rửa chân bằng bơ, và làm cho dầu chảy ra từ đá cứng.

Chúng ta tuyên bố và khẳng định rằng quá khứ đã qua, và chúng ta hướng tới mục tiêu của sự kêu gọi cao cả từ Đức Chúa Trời trong Chúa Giê-su Christ.

Lạy Chúa Cha, xin tha thứ cho chúng con vì sự dâm dục. Xin tẩy sạch tâm trí chúng con khỏi những mưu đồ ngầm.

Chúng tôi tuyên bố và khẳng định rằng đôi chân của chúng tôi đã được giải thoát khỏi cạm bẫy của kẻ thù, kẻ gây ra sự trói buộc, bất động và tê liệt.

Lạy Cha, chúng con tuyên bố và khẳng định rằng chúng con được tự do tiến bước để hoàn thành mục đích sống và phát huy tối đa tiềm năng của mình.

Chúng ta không thể bị chống lại.
Chúng ta không thể bị ngăn cản. Chúng ta không thể bị cản trở. Chúng ta không thể bị phòng thủ.

Lãnh thổ của chúng ta được mở rộng.

Chúng ta sẽ không bị gạt ra ngoài lề, bị cô lập, hay bị giam cầm trong hang động.

Chúng ta sẽ không bị kìm hãm, dung túng, đánh bại, chịu đựng đau đớn, bị trói buộc trong tổn thương, bị neo giữ trong cay đắng, hay bị mắc kẹt trong sự hoài nghi hoặc trầm cảm.

Chúng ta sẽ không bị tước đoạt quyền thừa kế hay bị ngăn cản khỏi sự thăng tiến và lên ngôi.
Lạy Cha trên trời, Đức Chúa Trời siêu nhiên, Đức Chúa Trời của Áp-ra-ham, I-sác và Gia-cốp, Đức Chúa Trời lập giao ước và giữ giao ước, xin ban cho chúng con ân điển, lòng can đảm và khả năng để bước ra khỏi cái cũ và bước vào cái mới.

Hãy cắt đứt mọi mối ràng buộc và liên hệ tâm linh không phù hợp và độc ác.

Xin Chúa ban cho chúng con sự khôn ngoan, sự sáng suốt và sự hướng dẫn để đàm phán lại các mối quan hệ giao ước cũ.

Hãy tiết lộ cho chúng tôi những cánh cổng được mở ra một cách thần thánh.

Hãy cho chúng tôi biết các nhiệm vụ, lịch trình và thời gian biểu hàng ngày của bạn để chúng tôi có thể hoạt động đúng giờ.

Lạy Cha, chúng con tuyên bố rằng không một thế lực nào và không một cá nhân nào có thể khiến chúng con đi chệch khỏi thời điểm của Chúa.

Chúng con đồng bộ với thời điểm và kế hoạch thiêng liêng của Ngài .

Vì vậy, thưa Cha, nhân danh Chúa Giê-su và nhờ quyền năng của Đức Thánh Linh, chúng con phá bỏ những lời nguyền rủa gắn liền với những lời nói và hành động vô ích.

Dập tắt những kẻ cuồng tín tà giáo.

Đảo ngược các chu kỳ quỷ dữ.

Hãy giải thoát chúng tôi khỏi những mối quan hệ vô ích và đầy mê hoặc.

Hãy đảo ngược mọi kế hoạch xấu xa.

Chúng ta chống lại và bác bỏ sự thao túng và những kẻ thao túng.

Chúng ta đảo ngược hành vi phá hoại nhân danh Chúa Giê-su.

Lạy Chúa Cha, xin giải thoát chúng con khỏi những thứ, hoàn cảnh, hành vi, tư duy, hoạt động và con người đã trói buộc, hạn chế, ràng buộc, làm vấy bẩn, làm chệch hướng, làm xao nhãng và kiểm soát chúng con.

Xin cứu linh hồn chúng con khỏi miệng sư tử và khỏi nọc độc của rắn độc.

Hãy tiêu diệt tà linh rắn độc bằng lửa của Ngài, giống như Ngài đã dẫn dắt con cái Israel qua sa mạc rộng lớn và khủng khiếp đó, nơi có rắn lửa và bọ cạp sinh sống, nơi có hạn hán và không có nước.

Theo **Lu-ca 10:19** , Ta nắm quyền trên rắn và bọ cạp, và tuyên bố rằng chúng ta sẽ không bị tổn hại gì.

Chúng ta rũ bỏ mọi sự ràng buộc của ma quỷ.

Lạy Cha, xin dùng lửa của Ngài mà đuổi tà linh rắn độc ra khỏi những tảng đá ẩn náu của nó.

Nguyện xin lửa của Ngài thiêu rụi hoàn toàn nó trong danh Chúa Giê-su.
Thưa Cha, chúng con tuyên bố rằng chúng con được tự do.

Nguyện xin sức mạnh giải độc của huyết Chúa Giê-su Ki-tô bảo vệ chúng ta khỏi những hoạt động độc hại của linh hồn rắn độc.

Hãy khiến cho những hoạt động độc hại của nó trở nên vô hiệu trong cuộc sống của chúng ta và trong cuộc sống của những người thân yêu, cộng sự, nhân viên và đồng nghiệp trong chức vụ của chúng ta.

Móc một cái móc vào miệng con quái vật Leviathan.

Chúng ta biết rằng chúng ta không thể đơn độc chống lại sức mạnh này.
Ngài là **Jehovah Gibbor** , Đức Chúa Trời Toàn Năng.

Nhân danh Chúa Giê-su, chúng con cầu xin Ngài tiêu diệt những ảnh hưởng mà Sa-tan đã gây ra cho cộng đồng, đất nước và quốc gia chúng con.

Chúng ta kêu gọi sự hỗ trợ cho mọi thể chế.

Lạy Cha, chúng con thành tâm cầu nguyện cho gia đình, cho hôn nhân, cho Giáo hội, cho trường học và cho chính phủ.

Hãy giải thoát chúng tôi khỏi những thành trì.

Chúng tôi tuyên bố và khẳng định rằng nền kinh tế của chúng ta không bị suy thoái và kiện tụng.

Nhân danh Chúa Giê-su , chúng tôi tuyên bố và khẳng định rằng xã hội và cộng đồng của chúng ta được giải thoát khỏi bạo lực, thất nghiệp, mù chữ, nghèo đói, vô gia cư, hiếp dâm, bạo lực gia đình, vô luật pháp, loạn luân, nghiện rượu, lạm dụng ma túy, trụy lạc, thế tục hóa, phù thủy, hoạt động giáo phái, công nghệ của Sa-tan, bùa chú, hạn hán, khó khăn kinh tế, bệnh truyền nhiễm xã hội, bài Do Thái, phá thai, tội ác thù hận, thanh lọc sắc tộc, sự thờ ơ và sự mê muội của Sa-tan.

Lạy Cha, chúng con tuyên bố và khẳng định rằng các gia đình được giải thoát khỏi bạo lực gia đình do ma quỷ gây ra, loạn luân, rối loạn chức năng, đói nghèo, thiếu thốn, xấu hổ, ngược đãi trẻ em và bỏ rơi.

Hôn nhân của chúng tôi không có sự lừa dối, ngoại tình, bạo hành vợ chồng, phá vỡ giao ước, ly hôn, và sự bỏ rơi về mặt tình cảm, thể chất và tài chính.

Các doanh nghiệp của chúng tôi không vướng vào tội phạm kinh tế, phá sản và mất khách hàng.

PHẦN 6 — Lãnh đạo và Chính phủ

Các trường học, cao đẳng và đại học của chúng ta không có sự ngu dốt, sự nhồi nhét tư tưởng thế tục và nhân văn, sự trụy lạc, bạo lực băng đảng, ma túy, mại dâm bất hợp pháp, hành vi lệch lạc và mù chữ.

Các nhà thờ của chúng tôi không có sự thỏa hiệp, tính xác thịt, sự thờ ơ, tính thế tục, chủ nghĩa bài Do Thái, chủ nghĩa nhân văn, sự chia rẽ, sự đàn áp, sự kiểm soát tôn giáo, chủ nghĩa giáo phái, sự vô đạo đức và những giao dịch phi đạo đức.

Chính phủ của chúng ta không có chuyên chế, độc tài, đảo chính, tham lam, tham nhũng, trộm cắp, tàn ác, hà khắc, nghiêm khắc, vô cảm, cố chấp và thiên vị.

Chúng tôi tuyên bố và ra sắc lệnh rằng chính phủ công bằng và có đạo đức sẽ thay thế chế độ cai trị chuyên chế.

Chúng tôi tuyên bố rằng những người ở vị trí cao và có quyền lực mà không có ý tốt với chúng ta sẽ bị thay thế bởi những người có ý tốt với chúng ta.

Hãy tạo sự đồng thuận giữa các chính phủ và các nhà lãnh đạo thế giới.

Chúng ta biết rằng tấm lòng của các vị vua, hoàng hậu, tổng thống, phó tổng thống và thủ tướng đều nằm trong tay Chúa.
Hãy cứu các nhà lãnh đạo thế giới và bảo vệ tâm trí và trái tim họ khỏi sự áp bức và cám dỗ của ma quỷ.

Hãy ban cho họ sự khôn ngoan để dẫn dắt bằng chân lý và lòng trắc ẩn như những người bạn đồng hành.

Hãy hướng dẫn họ về mặt đạo đức và luân lý.

Chúng ta cầu nguyện cho các thẩm phán, thống đốc, nghị sĩ, thượng nghị sĩ, quan chức thành phố, nghị sĩ quốc hội, nghị sĩ quốc hội, đại biểu quốc hội, tòa án tối cao, thẩm phán hòa giải, cảnh sát, lính cứu hỏa, nhà lập pháp tiểu bang, thống đốc liên bang và tiểu bang, các nhà quy hoạch đô thị, chính trị gia và các nhà hoạch định chính sách.

Chúng tôi khẩn cầu rằng mọi hệ thống cần được đưa về sự hài hòa thiêng liêng trong danh Chúa Giê-su.

Mang lại sự hài hòa thiêng liêng cho mọi khía cạnh của các hệ thống này:

Hệ thống môi trường.
Hệ thống giáo dục. Hệ thống kinh tế. Hệ thống văn hóa. Hệ thống quốc phòng. Hệ thống tâm linh. Hệ thống y tế. Hệ thống giải trí. Hệ thống công nghệ. Hệ thống chính phủ và chính trị. Hệ thống thiên văn. Hệ thống khoa học.

Tôi tuyên bố và khẳng định rằng các khu phố, cộng đồng, thành phố, giáo xứ, quận huyện và quốc gia của chúng ta sẽ trỗi dậy và tỏa sáng, vì ánh sáng của Ngài đã đến và vinh quang của Chúa đã chiếu rọi trên Ngài.

Bạn sẽ thịnh vượng và có nền kinh tế vững mạnh, đồng thời tâm hồn của những thành phố, cộng đồng và quốc gia này cũng sẽ thịnh vượng.

Các ngươi phải tuân theo mệnh lệnh của Đức Chúa Trời.

Ngươi sẽ biết Đức Chúa Trời của Áp-ra-ham, I-sác và Gia-cốp.

Nguồn tài nguyên biển sẽ được chuyển hóa và tác động tích cực đến nền kinh tế của các quốc gia.

Các ngươi sẽ biết Đức Giê-hô-va, Đức Chúa Trời duy nhất.

Cổng thành của ngươi sẽ đón nhận sự giàu có của các quốc gia.

Bạn sẽ được nuôi dưỡng và nuôi dưỡng sự hiện diện của hoàng gia.
Thay vì đồng, Chúa sẽ ban cho bạn vàng.

Thay vì đá, Chúa sẽ ban cho bạn bạc.

Bạo lực sẽ không còn được phép hoành hành trên đất nước của các ngươi nữa.

Hòa bình sẽ là người cai trị của bạn và sự công chính sẽ là người đứng đầu.

Bạn sẽ không phải trải qua sự tàn phá và hủy diệt.

Với tư cách là một quốc gia, các bạn sẽ không sụp đổ, và sự tàn phá sẽ không còn giới hạn trong biên giới của các bạn.

Sự gian ác và bóng tối sẽ bị diệt trừ, vì Đức Chúa Trời sẽ là ánh sáng vĩnh cửu và vinh quang của các ngươi.

Những ngày tháng đau buồn, đấu tranh và khó khăn của bạn sắp kết thúc.

Lòng người dân sẽ lại hân hoan khi đặt niềm hy vọng nơi Đức Chúa Trời.

Nỗi buồn và sự chán nản của bạn sẽ được thay thế bằng niềm vui của Chúa.

Sự thiếu thốn của bạn sẽ được bù đắp bằng sự dư dả.

Sự thành kiến và phản bội của các người sẽ được thay thế bằng việc tôn vinh sự đa dạng của các dân tộc và nền văn hóa.

Ân điển của Chúa sẽ bao trùm bạn như nước bao phủ biển cả.
Con trai và con gái của đất nước bạn sẽ trưởng thành trở thành những nhà lãnh đạo vĩ đại, những người đổi mới, những người tiên phong, và là hình mẫu về sự xuất sắc, trung thực, liêm chính, uy tín, chính trực và đạo đức.

PHẦN 7 — Chiến tranh cá nhân

Tôi chặt đứt đầu những thế lực giống như trăn siết cổ, chúng cố gắng bóp nghẹt, làm ngạt thở, trì trệ, kìm hãm và đè bẹp.

Hãy để thanh gươm của Thần Linh chặt đứt đầu của linh hồn giống rắn hổ mang, kẻ chuyên dùng lưỡi tấn công và gây ra sự thôi miên , quyến rũ, khủng bố, vướng mắc bản ngã, thao túng, kiểm soát tâm trí, các hoạt động thay đổi vận mệnh, ma thuật đen, ma thuật trắng, bói toán, ma thuật học, phong trào Thời đại Mới, Santería , bùa chú, phù phép, mê hoặc, xâm nhập giấc mơ, lừa dối và sự mất tập trung.

Nguyện xin ngọn lửa thiêu đốt của Đức Chúa Trời tiêu diệt tinh thần độc ác như rắn hổ mang, thứ đang áp đảo, tạo ra những gánh nặng giả dối, gây bực bội và nuốt chửng những phước lành.

Ta ra lệnh cho tất cả những gì kẻ thù đã nuốt chửng, áp đảo hoặc làm cho tức giận phải bị nhổ ra, ho ra và thải ra ngoài.

Tôi ra lệnh thả tự do cho các con của chúng ta.
Tôi ra lệnh giải phóng các cuộc hôn nhân của chúng ta.
Tôi ra lệnh phải trả lại tiền của chúng ta.
Tôi ra lệnh thả các doanh nghiệp của chúng ta.
Tôi yêu cầu các cơ hội của chúng ta được công bố.
Ta ra lệnh phải giải phóng của cải của chúng ta.
Ta ra lệnh cho vận mệnh của chúng ta được giải phóng.
Tôi ra lệnh công bố thành công của chúng ta.
Tôi ra lệnh trả tự do cho các ngôi nhà của chúng ta.
Tôi ra lệnh công bố mục đích của chúng ta.

Ta ra lệnh cho những phép màu của chúng ta được giải phóng.
Nhân danh Chúa Giê-su, xin ban phước lành cho chúng con .

Lạy Cha, chúng con ngợi khen Ngài.

Chúng con biết rằng Ngài vẫn đang nghe lời cầu nguyện của chúng con ngay cả lúc này.
Chúng con dừng lại để dâng lời ngợi khen lên Ngài.

Chúng con dâng vinh quang cho Ngài.

Chúng con tôn kính Chúa, vì chúng con nhận biết rằng nếu không cầu nguyện thì dường như chẳng có điều gì xảy ra.

Lạy Cha, chúng con hướng đến một sức mạnh cao hơn trong lời cầu nguyện.

Chúng ta chuyển sang vị thế thống trị và có quyền lực.
Chúng con tạ ơn Chúa vì những người đang lắng nghe.
Chúng con cảm ơn Chúa vì cuộc sống của họ đang được thay đổi theo hướng tốt đẹp hơn.
Chúng con cảm ơn Chúa vì sự thay đổi kỳ diệu.

Mọi thứ sẽ thay đổi.

Họ phải thay đổi.

Lạy Cha, chúng con cầu xin trước ngai vàng trên trời.

Chúng con cảm tạ Chúa vì ngay cả khi chúng con kiên trì cầu nguyện, nhiều người trong Kinh Thánh đã nâng cao lòng mình và tinh thần vì họ hiểu rằng nếu Chúa không can thiệp, sẽ không có sự can thiệp nào cả.

Cũng như dân Israel đã kêu cầu Ngài và Ngài đã sai người đến giải cứu họ, ngày nay chúng con cũng kêu cầu Ngài.

Hãy để họ ra khỏi mộ.

Hãy để họ ra khỏi bức tường.

Chúng ta kêu gọi các con của Đức Chúa Trời.

Chúng tôi ra lệnh thả họ ra nhân danh Chúa Giê-su.

Lạy Cha, nhân danh Chúa Giê-su, xin hãy giải phóng mọi thứ mà kẻ thù đã giữ lại một cách bất hợp pháp.

Nguyện quyền năng của Đức Thánh Linh và quyền năng từ trên cao tiêu diệt tà linh độc hại, giống như rắn độc, gây ra sự ô nhiễm và những lời đồn thổi ác ý.

Hãy để lưỡi của họ bám chặt vào vòm miệng.

Tinh thần này gây ra những mối quan hệ độc hại và nguy hiểm.

Nó gây ra đau đớn và khó chịu.
Điều đó gây ra sự nhầm lẫn.
Nó gây ra sự hao hụt nghiêm trọng về niềm vui, sự bình an, tiền bạc, cũng như các nguồn lực tự nhiên và tinh thần.

Lạy Cha, con tuyên bố và khẳng định rằng sẽ không còn tình trạng xuất huyết nữa.

Niềm vui của chúng ta sẽ không bao giờ phai nhạt.
Sự bình yên của chúng ta sẽ không bị rò rỉ ra ngoài.

Nguồn lực của chúng ta sẽ không còn bị thất thoát nữa.

Băng bó vết thương.

Lạy Cha, chúng con tuyên bố và khẳng định rằng sự suy thoái, mất phương hướng, vỡ mộng và tàn phá đều bị tiêu diệt.
Mọi loại tai họa mà linh hồn này gây ra—những lời buộc tội, các mối quan hệ lạm dụng và cái chết—đều bị đảo ngược.

Tôi ra lệnh và tuyên bố rằng điều này bị đảo ngược.

Chúng ta đã được tự do.
Con cái chúng ta đã được giải thoát.
Những người thân yêu của chúng ta đã được giải thoát.

Chúng ta can thiệp ngay bây giờ thông qua lời cầu nguyện.

Chúng ta ngăn chặn hoạt động của những linh hồn này nhân danh Chúa Giê-su.

Lạy Cha, chúng con tuyên thệ rằng chúng con sẽ không giữ trong lòng sự cay đắng, dối trá, ghen tị, vu khống, đố kỵ, bất kính hay oán hận đối với bất cứ ai.

Những linh hồn này sẽ không thể điều khiển chúng ta.

Hãy giải thoát chúng ta khỏi những cảm xúc tiêu cực.

Cha ơi, chúng con đang đối đầu với những kẻ săn mồi bóng đêm—những kẻ ngụy trang và chui xuống gầm đá để ẩn nấp, chờ đợi thời cơ thích hợp để ra đòn.

Chúng tôi vạch trần trò hề của họ.

Chúng tôi ra lệnh và tuyên bố rằng sự ngụy trang, dối trá, bè phái, hai mặt và đạo đức giả đều bị vạch trần.
Sự ngụy trang của lời nói dối bị vạch trần nhân danh Chúa Giê-su.

Sự giả dối, hoạt động gian lận, bất trung và lừa đảo—chúng tôi sẽ tiêu diệt các ngươi bằng quyền năng của Đức Chúa Trời.

Chúng tôi tuyên bố rằng mọi vũ khí được chế tạo chống lại chúng tôi đều vô hiệu.

Mọi mối đe dọa được tạo ra nhằm vào chúng ta đều trục trặc.
Mọi hợp đồng ma quỷ đều bị vô hiệu hóa.
Mọi chiến dịch bôi nhọ đều thất bại.
Mọi lời nguyền độc ác đều bị đảo ngược và trả lại cho kẻ gây ra nó gấp đôi.
Mọi con rắn tâm linh, sói đội lốt cừu, quạ, kền kền, đỉa và ma cà rồng đều bị tê liệt trong danh của Chúa Giê-su.

PHẦN 8 — Chiến tranh cá nhân

Cha ơi, hãy tiêu diệt linh hồn giống như con trăn ấy.

Hãy giải thoát chúng con khỏi những dòng nước lớn, hỡi các thần nước, các thần biển sâu và các thần địa ngục.

Lạy Cha, chúng con tuyên bố và khẳng định rằng chúng con sẽ không bị nhấn chìm hay chìm đắm trong đau buồn, sầu muộn, tuyệt vọng, bất lực, vô vọng hay cái chết, nhân danh Chúa Giê-su.

Ngài đã giải phóng chúng con. Ai được Con giải phóng thì quả thật được tự do.

Lạy Cha, chúng con cảm ơn Ngài, lạy Chúa. Chúng con sẽ ra ngoài.

Chúng tôi không hề mất hơi.

Chúng ta không mất kiểm soát.

Lạy Chúa Cha, Ngài đang nắm quyền kiểm soát cuộc đời chúng con.

Chúng ta giống như Gióp. Chúng ta nói rằng: "Dù Chúa có giết chúng con, chúng con vẫn sẽ tin cậy nơi Chúa", vì chúng ta biết rằng Đấng Cứu Chuộc của chúng ta hằng sống.

Lạy Chúa Cha, xin Ngài khiến nỗi kinh hoàng giey rắc vào lòng kẻ thù chúng con bằng sấm sét, mưa đá và than lửa của Ngài.

Hãy tiêu diệt chúng bằng lửa, sấm sét và sự phán xét thiêu đốt.

Hãy làm cho mũi tên của bạn sáng chói và chặn đứng chúng trên đường đi.

Hãy vô hiệu hóa những vũ khí độc hại, có hình dạng như răng nanh của chúng.

Hãy bẻ gãy răng nanh của chúng.

Xin ban cho chúng con sự miễn dịch nhờ sức mạnh chống virus của huyết Chúa Giê-su Ki-tô.

Hãy phá hủy trứng của con rắn – những công trình đen tối đang ấp ủ, phát triển và ấp trứng – trước khi chúng nở.

Hãy tiêu diệt linh hồn độc ác như rắn hổ mang nhân danh Chúa Giê-su.

Chúng tôi tuyên bố và khẳng định rằng ngay cả khi những linh hồn này cố gắng làm tổ và ấp ủ kế hoạch của chúng, chúng ta sẽ không bị tổn hại bởi linh hồn của Giuđa, Giê-xê-bên, A-hi-thô-lê, Áp-sa-lôm, Ha-man, Sa-bát-la người Hô-ron , Tô- bia người A-môn, Pha-ra-ô và Ca-in.

Hãy để lưỡi gươm của kẻ thù đâm xuyên chính tim chúng khi chúng giương cung.

Hãy làm cho vũ khí của chúng bị phá hủy không thể sửa chữa được.

Hãy để những mũi tên của chúng tan biến.

Dập tắt ngọn lửa của con rắn bay lửa và khiến nó rơi xuống chết.

Hãy đẩy lùi và khiến kẻ thù, kẻ đang âm mưu làm hại chúng ta, phải hoang mang.

Nhân danh Chúa Giê-su, hãy đập nát đầu kẻ thù và làm tổn thương da đầu đầy lông của kẻ gian ác.

Hãy để hắn bị chính sự độc ác của mình tiêu diệt và không bao giờ sống lại nữa.

Hãy vạch trần bộ mặt gian xảo của Laban, kẻ đang hoành hành ở chợ.

Hãy mặc cho hắn sự xấu hổ và nhục nhã, như Ngài đã khiến con chiến thắng hắn.

Tôi nắm quyền kiểm soát các linh hồn con người đang bị ma quỷ lợi dụng làm nơi trú ngụ, khách sạn và nhà trọ—cho dù đó là bạn bè, người thân, đối tác kinh doanh, đồng nghiệp, cộng sự, con trai và con gái tâm linh, hay người được ta bảo trợ.

Lạy Chúa Cha, xin hãy phơi bày tấm lòng họ.

Hãy vạch trần động cơ và ý định của họ.

Hãy vạch trần những người bạn, cộng sự, nhân viên và đồng nghiệp giả dối nhân danh Chúa Giê-su.

Hãy chấm dứt màn kịch giả tạo của chúng.

Hãy vạch trần danh tính thực sự của họ.

Hãy vạch trần những âm mưu ngầm của họ.

Hãy vạch trần những động lực thúc đẩy đằng sau những nhiệm vụ độc ác của chúng.

Hãy để những cuộc điều tra xấu xa, những nhiệm vụ tìm lỗi, những lần xuất hồn và những lời xúi giục độc ác thất bại.

Hãy để chúng thất bại ngay bây giờ nhân danh Chúa Giê-su.

Lạy Cha, chúng con tuyên bố và khẳng định rằng bàn tay Ngài đã được giang ra, khiến cho con mắt gian ác của những kẻ do thám và theo dõi của Sa-tan bị mù lòa.

Hãy loại bỏ sự ganh đua và cạnh tranh không lành mạnh.

Hãy phá tan xương sống của âm mưu, chuyên chế và phản bội.

Những kẻ theo dõi ma quỷ mù quáng và những kẻ can thiệp thông qua các thủ đoạn chiêm tinh và huyền bí.

Khiến cho tai của những linh hồn hay nghe lén trở nên điếc.

Chúng ta chống lại những linh hồn thù địch, linh hồn cổ xưa, linh hồn gây khó chịu, linh hồn phi lý, linh hồn cường điệu, linh hồn gây bực bội, linh hồn trả thù, linh hồn khiêu khích, linh hồn dối trá, linh hồn thách thức và linh hồn lừa gạt.

Các linh hồn bất lực, linh hồn người Phi-li-tin và linh hồn người A-mô-rít đều bị tiêu diệt.

Chúng ta chống lại những thế lực làm tê liệt và kiểm soát tâm trí, và ngăn cấm chúng chiếm đoạt những suy nghĩ xuất phát từ tâm trí của Chúa Kitô.

Những hiểu biết và mặc khải thiêng liêng sẽ tuôn chảy.

Những ý tưởng sáng tạo và phát minh dí dỏm sẽ tuôn trào. Trí tuệ sẽ tuôn chảy.

Các ý tưởng, chiến lược và chiến thuật tiên tiến của chúng ta sẽ được tự do phát huy.

Những điều mà kẻ thù cố gắng ngăn chặn giờ đây sẽ được lưu thông.

Những ý tưởng của chúng ta sẽ được tự do tuôn chảy.

Trí tuệ của chúng ta sẽ tuôn chảy.

Những ý tưởng tiên tiến của chúng ta sẽ được hiện thực hóa.

Chúng ta sẽ hoạt động trên đỉnh cao của sự đổi mới và xuất sắc trong các ngành nghề và lĩnh vực của mình nhân danh Chúa Giê-su.

Chúng ta vạch trần những mạng lưới và liên minh tà ác.

Hãy làm cho thông điệp xấu xa của chúng bị lẫn lộn.

Làm cho họ bối rối.

Hãy tách lưỡi của họ ra.

Phá tan mọi kế hoạch của chúng.

Hãy làm cho những kẻ tìm cách hãm hại chúng ta nhân danh Chúa Giê-su phải xấu hổ.

Theo Thi Thiên 69:22–28:

Hãy để bàn ăn của họ trở thành một cái bẫy trước mặt họ.
Hãy để những gì vốn có lợi cho họ trở thành một cái bẫy.
Hãy làm cho mắt họ tối sầm lại để họ không thể nhìn thấy gì.

Khiến thắt lưng của họ liên tục run rẩy.
Hãy trút cơn thịnh nộ của Ngài xuống trên chúng.

Nguyện cơn thịnh nộ của Ngài giáng xuống chúng.
Hãy để nơi ở của họ trở nên hoang tàn.
Không ai được ở lại trong lều, nhà cửa, nơi ở hoặc cung điện của mình.

Hãy thêm tội lỗi vào tội lỗi của chúng, và đừng để chúng đến gần sự công chính của Ngài.

Hãy xóa tên chúng khỏi sách những người sống và không ghi tên chúng cùng với những người công chính.

PHẦN 9 — Những lời tuyên bố tiên tri cá nhân

Tôi chống lại mọi nỗ lực nhằm phá hoại cuộc sống, tầm ảnh hưởng, công việc kinh doanh, sự thịnh vượng, các mối quan hệ và cơ hội của tôi.

Tôi thoát khỏi sự ràng buộc của ma quỷ và chống lại sự mê hoặc.

Lạy Cha, xin hãy cắt đứt mọi ràng buộc tâm linh, giao ước, hợp đồng, nghĩa vụ và lời thề bất hợp pháp nhân danh Chúa Giê-su.

Tôi loại bỏ những ô nhiễm ma quỷ.

Nguyện xin huyết của Chúa Giê-su thanh tẩy và làm sạch tâm hồn và linh hồn con.

Nhân danh Ngài, con được giải thoát khỏi mọi ý nghĩ xấu xa, mọi thế lực tâm linh, mọi sự phóng chiếu, mọi lời ám chỉ và mọi lời bóng gió được thiết kế để làm nản lòng, lừa dối hoặc gây nhầm lẫn.

Phá hủy những sự truyền tải tâm linh xấu xa.

Hãy hủy bỏ những ràng buộc tâm hồn bất hợp pháp và những vướng mắc bản ngã.

Hãy gỡ bỏ và cắt đứt mọi mối liên hệ bất chính.

Hãy rửa sạch tôi, và tôi sẽ được sạch sẽ.

Hãy giải thoát tôi khỏi sự thao túng cảm xúc của quỷ Satan.

Tôi loại bỏ những thế lực phá hoại, cám dỗ và lừa dối.

Tôi sẽ không để bị xem thường, đánh giá thấp hay coi nhẹ.
Tôi bác bỏ hành vi phỉ báng danh dự thông qua vu khống.
Tôi giúp xóa bỏ tiếng xấu và sự kỳ thị do liên đới.
Tôi tuyên bố rằng mọi sự ô uế đều được thanh tẩy bởi huyết của Chúa Giê-su.
Tôi xin tuyên bố rằng tên tôi gắn liền với sự trung thực, liêm chính, công chính, thánh thiện, ngay thẳng và trong sạch.

Hãy làm thất bại và vô hiệu hóa kế hoạch của những kẻ tiên tri độc ác.

Lạy Cha, xin hãy đảo ngược những sắc lệnh xấu xa.

Hãy làm thất vọng những kẻ hành động theo tinh thần của Haman.

Bác bỏ và phủ quyết các đạo luật, chính sách và quy định được ban hành một cách ác ý.

Hãy vạch trần và làm bẽ mặt kẻ thù với tất cả những mưu đồ, chiến lược, thủ đoạn và thủ đoạn xảo quyệt của chúng.

Tôi đã chống cự.

Nguyện xin lửa của Đức Chúa Trời thiêu rụi mọi hoạt động của kẻ thù.

Những kẻ đã giăng bẫy ma quỷ và mưu kế xảo quyệt—hãy để cho kế hoạch của chúng bị vô hiệu và nhiệm vụ của chúng bị thất bại.

Hãy vạch trần và phơi bày những kẻ cộng tác và các tổ chức tội phạm.

Nguyện cho những kẻ đã tụ họp chống lại ta bị tan tác và không bao giờ có thể tập hợp lại nữa.

Hãy làm cho mắt họ tối sầm lại để họ không thể nhìn thấy gì.
Hãy bịt tai chúng lại để chúng không nghe thấy gì cả.
Hãy để họ tìm kiếm nguồn sống ở những nơi hoang vắng.

Hãy giơ tay Ngài ra chống lại chúng và giáng xuống chúng sự sỉ nhục, ô nhục và xấu hổ.

Hãy trừng phạt chúng bằng một cơn bão phán xét và một cơn cuồng nộ.

Hãy khiến chúng sợ hãi những mũi tên ban ngày và nỗi kinh hoàng ban đêm.

Hỡi Đức Chúa Trời, hãy trỗi dậy và khiến kẻ thù của Ngài bị tan tác.

Hãy đóng chặt mọi cánh cửa và cổng trước mặt Sa-tan.

Cấm anh ta vào khu đất của tôi.

Hãy là ngọn lửa của anh ban đêm và làn khói của anh ban ngày.

Đừng để kẻ thù theo dõi hay lần ra dấu vết của tôi khi tôi tiến bước trong nhiệm vụ cai quản vương quốc và hoàn thành mục đích của mình.

Nguyện xin Chúa khiến mọi thế lực ma quỷ được phái đến để trì hoãn hoặc làm chậm lại những phước lành của Ngài đều bị thất bại, cản trở và không thể hoàn thành nhiệm vụ của chúng.

Nguyện xin mọi lời tiên tri dành cho đời tôi được ứng nghiệm đúng thời điểm và mùa vụ.

Lạy Cha, con xin nhắc lại rằng thời gian của con đều nằm trong tay Ngài.

Hãy chấm dứt mọi hoạt động ma quỷ liên quan đến khó khăn tài chính, thất bại và trở ngại.

Lạy Cha, xin hãy làm tê liệt mọi thứ cản trở con tiến đến sự vĩ đại.

Xin Chúa Giê-su hãy lăn đi mọi tảng đá cản trở sự đột phá về tài chính, xã hội, thể chất và tâm linh của con.

Vô hiệu hóa tác động của mọi hoạt động ma quỷ.

Hãy lật đổ những bàn đàm phán, tham vấn và trao đổi ma quỷ.

Tôi tuyên bố rằng mọi bàn cờ xấu xa đều bị lật đổ.

Hãy phá hủy mọi thiết bị, chiến lược và công nghệ độc ác được tạo ra để gây hại cho tôi.

Tôi chiến thắng nhờ huyết của Chiên Con và nhờ lời chứng của tôi.

Nhờ Chúa Kitô, tôi vượt qua những kẻ canh cổng và những tên giữ cổng ma quỷ.

Hãy chặt đứt cánh cổng bằng đồng và song sắt.

Xin mở mắt và tai con để con nhận biết những điều thuộc về Thánh Linh.

Hãy lật đổ và bác bỏ sự sắp đặt của các linh hồn gây ra sự mù quáng và điếc về mặt tâm linh, và cố gắng làm im lặng tiếng nói của tôi.

Tôi cất cao tiếng nói như tiếng kèn vang vọng giữa Si-ôn để tuyên bố rằng Chúa Giê-su là Chúa.

Tôi tuyên bố rằng Ngài cai trị và trị vì cuộc đời tôi và vùng đất này.

Vì lý do này , Con Thiên Chúa đã hiện ra: để Ngài phá hủy công việc của kẻ thù.

Hãy xua tan bóng tối bằng ánh sáng hiện diện của Ngài—sự soi sáng, trí tuệ, sự thấu hiểu và quyền năng.

Chớ để bóng tối hiểu thấu, nắm bắt, hay ngăn cản việc hoàn thành sứ mệnh của Ngài.

Tôi loại bỏ mọi thế lực mạnh mẽ gắn liền với sự mù quáng về tâm linh và sự bất khả năng lắng nghe tiếng Chúa.

Tôi giao cho anh một nhiệm vụ mới—trở thành bệ đỡ chân của Chúa Giê-su Ki-tô.

Ta ra lệnh cho các nhà tù và bức tường sụp đổ.

Tôi phá vỡ mọi thế lực ma quỷ chống lại số phận, chống lại mục đích, chống lại đam mê, chống lại thần thánh, chống lại thành công, chống lại thịnh vượng và chống lại Chúa Kitô.

Nhờ Ngài, lạy Chúa, con có thể vượt qua cả một đạo quân.

Nhờ Ngài, con vượt qua mọi rào cản để bước vào những vùng đất mới với vô vàn khả năng và cơ hội – những vùng đất không giới hạn và không biên giới.

Tôi dùng sức mạnh của mình để thâm nhập vào một nơi giàu có.

Tôi kết nối với thế giới siêu nhiên, nơi tôi phát triển, thịnh vượng và được duy trì.

Tôi tuyên bố và khẳng định: Trong Ngài con sống, trong Ngài con thở, và trong Ngài con hiện hữu.

Tôi sống ở Goshen, nơi được coi là vùng đất tiên tri trong suy nghĩ của tôi.

Lạy Chúa, con xin tuyên bố rằng phạm vi ảnh hưởng của con được mở rộng.
Mọi thế lực tà ác gây ra tai nạn, tàn phá và cái chết yểu—cho dù bằng đường thủy, đường bộ hay đường hàng không—ta đều nắm quyền cai quản chúng từ nay trở đi.

Ta trói buộc ngươi bằng lửa thiêng và màn khói thiên đường.
Ta sẽ làm ngươi lóa mắt bằng lửa thần thánh và màn khói thiên đường.
Tôi ra lệnh và tuyên bố rằng hệ thống định vị GPS ma quỷ của các ngươi đã bị trục trặc và không thể sửa chữa được nữa.

Mọi hoạt động bất hợp pháp đều bị ngăn chặn nhân danh Chúa Giê-su.
Tôi đảo ngược tác dụng của nó.

Lạy Đức Giê-hô-va, Ngài đã ban cho con quyền năng trên mọi quyền lực của kẻ thù.

Nước Thiên Đàng chịu sự bạo lực, và những kẻ bạo lực chiếm lấy nó bằng vũ lực.

Vì vậy, tôi giữ gìn tài sản của mình và chiếm đoạt chúng bằng vũ lực.

PHẦN 10 — Kết thúc lời cầu nguyện và những lời tuyên bố cuối cùng

Tôi tuyên bố theo **Thi thiên 92:8 và 14** rằng Chúa là Đấng Tối Cao đời đời.

Vì này, hỡi Chúa, kẻ thù của Ngài sẽ bị diệt vong; tất cả những kẻ làm điều gian ác sẽ bị tan tác .

Nhưng Ngài sẽ tôn cao sừng của con như sừng bò rừng;
con sẽ được xức dầu mới.

Mắt ta sẽ thấy điều ta mong muốn trên kẻ thù ta,
và tai ta sẽ nghe thấy điều ta mong muốn về những kẻ ác nổi dậy chống lại ta.

Người công chính sẽ thịnh vượng như cây cọ;
người ấy sẽ lớn mạnh như cây tuyết tùng ở Li-băng.

Những ai được gieo trồng trong nhà Chúa
sẽ thịnh vượng trong sân của Đức Chúa Trời chúng ta.

Chúng vẫn sẽ đơm hoa kết trái khi về già;
chúng sẽ tươi tốt và trù phú.

Tôi tuyên bố rằng thời gian của tôi nằm trong tay Ngài.

Do đó, tôi được giải thoát khỏi những vòng tuần hoàn, mùa màng, lịch trình và thời gian biểu ma quỷ.

Tôi hòa hợp với thiên đường.
Tôi đang sống đúng mùa. Tôi đang trong dòng chảy thiêng liêng.
Tôi tạo ra những khoảng thời gian tốt đẹp và những khoảnh khắc may mắn,

và tôi tiêu diệt những thế lực kiểm soát những khoảng thời gian tồi tệ, khó khăn và gian khổ.
Vì thời gian của con nằm trong tay Chúa,
con xin tuyên bố rằng năm nay và những năm sắp tới sẽ tràn ngập những sự kiện siêu nhiên kỳ diệu mang lại cho con niềm vui lớn lao.

Tôi gỡ bỏ những chiếc neo ma quỷ đang níu giữ tôi trong vòng luẩn quẩn—
vòng luẩn quẩn của nghèo đói, khó khăn, thiếu thốn, đấu tranh, bệnh tật mãn tính và ốm đau.

Tôi phá hủy những cái neo này ngay bây giờ
bằng Lời, bằng Huyết và bằng Thánh Linh.

Tôi nương tựa vào Chúa.
Tôi tuyên bố và ra lệnh rằng cuộc đấu tranh của tôi đã kết thúc.
Tôi tuyên bố những điều bất ngờ đến bất ngờ, sự gia tăng siêu nhiên,
niềm vui tột cùng trong Chúa, vinh quang bền vững, ân huệ, giàu có, quyền lực và ảnh hưởng.
Tôi được xức dầu cho một mùa mới.

Những điều cũ đã qua đi, và kìa, mọi sự đều trở nên mới.

Với sự xức dầu này, tôi bước vào một mùa mới
và tuyên bố một mùa mới của sức mạnh, bình an, trọn vẹn, tập trung, thịnh vượng trong chức vụ và vinh quang.

Tôi tuyên bố rằng đầu tôi sẽ không bao giờ thiếu dầu mới.
Tôi gia tăng về mật độ, tính nhất quán và sức mạnh trong danh của Chúa Giê-su.

Tôi tuyên bố rằng loại dầu này sẽ là dấu ấn chứng nhận cho cuộc đời tôi.

Nó chứng thực tôi.
Nó trang bị cho tôi. Nó trao quyền cho tôi. Nó tạo không gian cho tôi.

Hãy khiến tôi sống trong sự dư dả.

Xin Chúa Giê-su Ki-tô dẫn dắt con đến với vận mệnh và vị trí cao cả trong sứ mệnh tiên tri,
là Đấng mà con đã được thừa hưởng một phần gia tài.
Được tiền định theo ý định của Đấng
làm nên mọi sự theo ý muốn của Ngài.

Tôi kết thúc lời cầu nguyện này trong danh Chúa Giê-su
và nhờ quyền năng của Huyết Ngài, Lời Ngài và Thánh Linh Ngài.

Bây giờ, nguyện dâng lên Đức Chúa Trời, Đấng có thể làm được mọi điều vượt quá sức tưởng tượng và cầu xin của con,
theo quyền năng đang hiện hữu trong con—
Nhân danh Chúa Giê-su Ki-tô,
Tôi sẽ kết thúc năm nay một cách mạnh mẽ
và bắt đầu mỗi năm mới với nguồn năng lượng dồi dào hơn.

Amen. Amen. Và Amen.

Hiểu Tám (8) Canh Cầu Nguyện

Trong suốt Kinh Thánh, cầu nguyện và sự tỉnh thức tâm linh thường được liên kết với những thời điểm cụ thể cần phải chú ý.
Lính canh được bố trí để bảo vệ thành phố, cảnh báo nguy hiểm và luôn cảnh giác trong suốt ngày đêm.
Tương tự như vậy, các tín đồ được kêu gọi phải luôn tỉnh thức về mặt tâm linh.
Chúa Giê-su đã dạy các môn đệ của Ngài:

"Hãy tỉnh thức và cầu nguyện, để khỏi sa vào cám dỗ."
(Ma-thi-ơ 26:41)

Hướng dẫn cầu nguyện này tuân theo nhịp điệu của **tám canh cầu nguyện** , tượng trưng cho những khoảnh khắc có chủ đích trong ngày để hướng sự chú ý của chúng ta về phía Chúa trong sự cầu thay.
Những canh thức này không đòi hỏi thời gian cầu nguyện dài. Ngay cả vài phút tập trung trong mỗi canh thức cũng có thể trở nên hiệu quả nếu được thực hiện đều đặn.

Ca trực đầu tiên — 6:00 sáng
Khởi đầu một ngày mới.
Đây là thời gian để chúng ta dâng hiến cả ngày cho Chúa, hướng lòng mình theo ý muốn của Ngài và cầu xin sự hướng dẫn của Ngài.

Ca trực thứ hai — 9:00 sáng
Đây là thời gian để cầu nguyện xin sự khôn ngoan, sự hướng dẫn và sức mạnh để hoàn thành những trách nhiệm trong ngày.

Nhiều tín đồ sử dụng chiếc đồng hồ này để cầu nguyện cho các vị lãnh đạo trong Giáo hội và trên khắp các lĩnh vực có tầm ảnh hưởng.

Ca trực thứ ba — 12:00 trưa
Lời cầu nguyện giữa trưa.
Thời gian này thường trở thành khoảnh khắc để dừng lại và tập trung lại vào đời sống tâm linh, dâng gia đình, cộng đồng và quốc gia lên trước Chúa.

Ca trực thứ tư — 3:00 chiều
Giờ truyền thống gắn liền với việc cầu nguyện trong Giáo hội sơ khai (Công vụ 3:1).
Đây là thời điểm mạnh mẽ để cầu nguyện xin sự can thiệp và đột phá của Chúa.

Ca trực thứ năm — 6:00 chiều
Lễ dâng hiến buổi tối.
Khi ngày dần trôi, chiếc đồng hồ này mời gọi các tín đồ cầu nguyện xin sự bảo vệ, phục hồi và bình an.

Ca trực thứ Sáu — 9:00 tối
Đây là thời gian để suy ngẫm và tạ ơn về những điều Chúa đã làm trong ngày.
Đây cũng là thời gian để cầu nguyện cho Giáo Hội và các quốc gia trước khi bước vào canh đêm.

Canh thứ bảy — 12:00 AM
Lời cầu nguyện lúc nửa đêm.
Trong Kinh Thánh, nửa đêm thường được xem là thời điểm đột phá về mặt tâm linh (Công vụ 16:25–26).

Chiếc đồng hồ này tượng trưng cho cuộc chiến tâm linh sâu sắc hơn và sự cầu nguyện thay mặt người khác.

Canh thứ tám — 3:00 sáng

Một chiếc đồng hồ thể hiện sự kiên trì và lời cầu nguyện mang tính tiên tri.
Từ xưa, nhiều người cầu nguyện đã nhận thấy giờ này là thời điểm mạnh mẽ để thể hiện sự nhạy bén về tâm linh và cầu nguyện sâu sắc.

Đồng hồ liên tục

Khi các cá nhân, nhóm và nhà thờ cùng cầu nguyện qua những chiếc đồng hồ này, kết quả sẽ trở thành một **chuỗi cầu nguyện liên tục** .
Mô hình này phản ánh lời kêu gọi trong Ê-xê-chi-ên 22:30:
"Ta tìm kiếm trong số họ một người có thể xây dựng bức tường và đứng vững trước mặt Ta để bảo vệ đất nước."
Khi các tín hữu tham gia vào những buổi canh thức này, họ trở thành một phần của phong trào cầu nguyện lớn hơn cho Giáo hội và các quốc gia.

GIỚI THIỆU

Lời kêu gọi đứng ra bảo vệ lẽ phải

Trong suốt Kinh Thánh, bất cứ khi nào Đức Chúa Trời muốn can thiệp vào công việc của các quốc gia, Ngài đều tìm kiếm những người nam và nữ sẵn sàng đứng ra cầu nguyện thay cho họ.

Tiên tri Ê-xê-chi-ên đã ghi lại tấm lòng của Đức Chúa Trời khi Ngài phán rằng:

"Ta tìm kiếm trong số họ một người có thể xây dựng hàng rào và đứng vào chỗ trống trước mặt ta để bênh vực đất nước, hầu cho ta không hủy diệt nó; nhưng ta không tìm thấy ai cả."
— Ê-xê-chi-ên 22:30

Câu nói này hé lộ một nguyên tắc tâm linh vĩnh cửu:
Chúa hành động thông qua những người cầu thay.

Các quốc gia trỗi dậy rồi suy tàn. Các nền văn hóa thay đổi. Các hệ thống quyền lực ảnh hưởng đến hướng đi của xã hội. Nhưng đằng sau những thực tại hữu hình đó là những thế lực tâm linh đang định hình các sự kiện trên trái đất.

Vì lý do này, cầu nguyện không chỉ đơn thuần là một hoạt động sùng kính.
Cầu nguyện là **sự tham gia của Chúa** vào việc điều hành các công việc trên trái đất.

Lời cầu nguyện chuyển cầu mời gọi thiên đường can thiệp vào các hệ thống trần gian.

Bảy ngọn núi ảnh hưởng

Mỗi xã hội đều được định hình bởi các phạm vi ảnh hưởng then chốt, quyết định các giá trị, văn hóa và định hướng. Chúng thường được mô tả như **Bảy Ngọn Núi Ảnh Hưởng** :

• Tôn giáo
• Gia đình • Giáo dục • Chính phủ • Truyền thông và Báo chí • Nghệ thuật và Văn hóa • Kinh doanh và Kinh tế

Những dãy núi này ảnh hưởng đến cách suy nghĩ của con người, những sự kiện mà các xã hội tổ chức và cách thức điều hành đất nước.

Khi những lĩnh vực này được định hình bởi sự chính trực, xã hội sẽ thịnh vượng. Khi chúng bị chi phối bởi tham nhũng hoặc bóng tối tâm linh, toàn bộ các thế hệ sẽ phải gánh chịu hậu quả.

Vì lý do này, các tín đồ không chỉ được kêu gọi rao giảng phúc âm mà còn phải **cầu nguyện một cách chiến lược cho những lĩnh vực có tầm ảnh hưởng này** , xin Chúa dấy lên những nhà lãnh đạo liêm chính và khôn ngoan, những người sẽ điều chỉnh các hệ thống phù hợp với mục đích của Ngài.

Bộ cầu thay

Kinh Thánh chứa đầy những ví dụ về những người đã đứng trước mặt Chúa để bênh vực người khác.

Abraham cầu thay cho Sodom.
Moses cầu thay cho Israel. Daniel cầu thay cho sự phục hồi của Jerusalem. Esther đã liều mạng sống để bảo vệ dân tộc mình.

Trên hết, chính Chúa Giê-su Ki-tô vẫn tiếp tục sứ mệnh cầu thay cho người khác ngày nay:

"Ngài hằng sống để cầu thay cho họ."
— Hê-bơ-rơ 7:25

Qua Chúa Kitô, các tín hữu được mời gọi tham gia vào công việc cầu thay liên tục này.

Sứ đồ Phaolô nhắc nhở chúng ta rằng Đức Thánh Linh cũng giúp đỡ chúng ta trong sứ mệnh này:

"Chính Đức Thánh Linh cầu thay cho chúng ta bằng những tiếng rên rỉ không thể diễn tả được."
— Rô-ma 8:26

Như vậy, sự cầu thay trở thành một sự hợp tác giữa:

• Người tin Chúa cầu nguyện
• Đức Thánh Linh hướng dẫn • Và Chúa Kitô cầu thay trước mặt Đức Chúa Cha.

Canh thức cầu nguyện bốn mươi ngày

Cuốn sách nhỏ này được thiết kế như một **nghi thức cầu nguyện liên tục kéo dài 40 ngày,** được thực hiện hàng năm từ **ngày 17 tháng 3 đến ngày 25 tháng 4** .

Cấu trúc bao gồm:

- **10 lời cầu nguyện khai mở cánh cổng**
- **320 điểm cầu nguyện chiến lược**
- **Tám buổi canh thức cầu nguyện mỗi ngày**
- **Nền tảng Kinh Thánh cho sự cầu thay**

Những lời cầu nguyện này thiết lập quyền năng tâm linh, phá bỏ sự kháng cự và mời gọi mục đích của Chúa đến với các quốc gia.

Mỗi ngày ăn chay bao gồm **tám canh thức cầu nguyện** , tượng trưng cho những khoảnh khắc tâm linh khác nhau trong ngày.

Những chiếc đồng hồ này giúp các tín đồ luôn tỉnh thức về mặt tâm linh và phù hợp với mục đích của Chúa.

Một phong trào cầu nguyện toàn cầu

Nhiệm vụ này không chỉ dành cho một cá nhân hay một tổ chức duy nhất.

Chúa đang gây dựng một mạng lưới tín hữu toàn cầu, những người gánh vác trách nhiệm cầu thay cho Giáo hội và cho các quốc gia.

Thông qua việc dịch sang nhiều ngôn ngữ và sự tham gia của các tín hữu trên toàn thế giới, tầm nhìn là huy động **một cộng đồng toàn cầu gồm hơn 10 triệu người cầu nguyện** cùng nhau hiệp nhất trong lời cầu nguyện.

Những người cầu thay này sẽ cầu nguyện cho:

• Sự thanh tẩy và hiệp nhất của Giáo hội
• Sự cứu rỗi các quốc gia • Trí tuệ cho các nhà lãnh đạo • Sự chuyển đổi trên Bảy Ngọn Núi Ảnh Hưởng.

Vai trò của bạn trong nhiệm vụ này

Dù bạn cầu nguyện cá nhân, cùng nhóm cầu nguyện, hay là thành viên của cộng đồng nhà thờ, cuốn sách nhỏ này cung cấp một hướng dẫn có cấu trúc giúp bạn tập trung vào việc cầu thay.

Bạn được mời tham gia buổi cầu nguyện này với đức tin, sự khiêm nhường và lòng mong đợi.

Khi bạn cầu nguyện qua những trang sách này, hãy nhớ rằng:

Lời cầu nguyện thay đổi bầu không khí.
Lời cầu nguyện giải phóng sự can thiệp thiêng liêng. Lời cầu nguyện kết nối trái đất với trời.

Lời mời vẫn giữ nguyên như xưa:

Hãy đứng ra bảo vệ chỗ trống.

Và nhờ sự cầu nguyện trung tín, nguyện xin ý muốn của Chúa được thực hiện **dưới đất cũng như trên trời.**

Sứ Mệnh của Người Cầu Thay

Abraham, Moses, Daniel, Chúa Giê-su và Đức Thánh Linh: Đứng vững giữa những khoảng trống

Xuyên suốt Kinh Thánh, Chúa đã tiết lộ một khuôn mẫu nhất quán: khi các quốc gia đang trên đà diệt vong, Chúa tìm kiếm những người sẽ đứng trước mặt Ngài trong lời cầu nguyện.

Tiên tri Ê-xê-chi-ên đã nắm bắt được thực tế này bằng một lời tuyên bố đầy sức mạnh từ Chúa:

"Ta tìm kiếm trong số họ một người có thể xây dựng bức tường và đứng vững trước mặt Ta để bảo vệ đất nước, hầu cho Ta không hủy diệt nó."
(Ê-xê-chi-ên 22:30)

Cầu thay là hành động đứng giữa trời và đất—kêu gọi lòng thương xót, công lý và ý định của Chúa thay mặt cho người khác.

Kinh Thánh đưa ra một số ví dụ mạnh mẽ về những người đã hoàn thành vai trò này.

Abraham: Cầu thay cho một thành phố gian ác

Abraham, người cha của đức tin, là một trong những người cầu thay sớm nhất được ghi lại trong Kinh Thánh.

Trong Sáng thế ký chương 18, Chúa đã mặc khải cho Áp-ra-ham rằng các thành Sô-đôm và Gô-mô-ra đã trở nên vô cùng bại hoại và sự phán xét sắp đến gần.

Nhưng trước khi phán xét giáng xuống, Đức Chúa Trời đã cho phép Áp-ra-ham biết điều Ngài sắp làm.

"Ta há lại giấu Áp-ra-ham điều ta sắp làm sao?"
(Sáng thế ký 18:17)

Thay vì im lặng, Áp-ra-ham đã khiêm nhường và can đảm tiến lên cầu xin lòng thương xót.

Sáng thế ký 18:22 ghi lại một khoảnh khắc đáng chú ý:

"Nhưng Áp-ra-ham vẫn đứng trước mặt Chúa."

Đứng trước mặt Chúa là tư thế của người cầu thay.

Abraham đã cầu xin sự công chính và lòng thương xót của Chúa, hỏi liệu thành phố có thể được tha thứ nếu tìm thấy những người công chính trong đó hay không.

Bắt đầu với năm mươi người và dần dần giảm xuống còn mười người, Áp-ra-ham tiếp tục cầu xin lòng thương xót.

Mỗi yêu cầu đều được đưa ra với thái độ khiêm tốn:

"Này, tôi, vốn chỉ là bụi đất và tro tàn, đã dám nói chuyện với Đức Chúa Trời."
(Sáng thế ký 18:27)

Lời cầu thay của Áp-ra-ham cho thấy rằng Đức Chúa Trời mời gọi những người bước đi mật thiết với Ngài tham gia vào công việc của Ngài với thế gian thông qua lời cầu nguyện.

Mô-sê: Cầu thay cho một quốc gia nổi loạn

Một ví dụ mạnh mẽ khác về sự cầu thay xuất hiện trong cuộc đời của Môi-se.

Trong Xuất Ê-díp-tô Ký chương 32, dân Y-sơ-ra-ên đã sa vào tội thờ thần tượng bằng cách thờ phượng con bê vàng. Sự phản nghịch của họ đã chọc giận Chúa, và sự phán xét dường như chắc chắn sẽ đến.

Tuy nhiên, Môi-se đã bước tới để cầu thay.

Thay vì xa lánh dân chúng, Môi-se đã đồng cảm với họ và viện dẫn những lời hứa trong giao ước của Đức Chúa Trời.

Ông ấy cầu nguyện:

"Lạy Chúa, sao cơn thịnh nộ của Ngài lại bùng cháy dữ dội đối với dân Ngài, những người mà Ngài đã dẫn ra khỏi Ai Cập bằng quyền năng lớn lao?"
(Xuất Ê-díp-tô Ký 32:11)

Môi-se nhắc nhở Chúa về giao ước của Ngài với Áp-ra-ham, I-sác và dân Y-sơ-ra-ên. Ông viện dẫn danh tiếng của Đức Chúa Trời giữa các dân tộc và cầu xin lòng thương xót.

Nhờ sự cầu thay của ông, sự phán xét đã được ngăn chặn và dân chúng được bảo toàn.

Khoảnh khắc này hé lộ một vài sự thật về sự cầu thay:

• Người cầu thay đồng cảm với những người mà họ cầu nguyện cho.
• Người cầu thay viện dẫn những lời hứa và phẩm chất của Chúa. • Sự cầu thay hướng đến sự phục hồi hơn là sự hủy diệt.

Đa-ni-ên: Cầu thay cho một dân tộc bị giam cầm

Nhiều thế kỷ sau, một người trung gian khác xuất hiện trong thời kỳ khủng hoảng quốc gia.

Đa-ni-ên sống trong thời kỳ dân Y-sơ-ra-ên bị lưu đày ở Babylon. Khi đọc những lời tiên tri của Giê-rê-mi và hiểu rằng thời kỳ lưu đày sắp kết thúc, ông đã đáp lại bằng lời cầu nguyện và sự ăn năn.

Đa-ni-ên 9:3 mô tả tư thế của ông:

"Rồi tôi hướng mặt về Đức Chúa Trời để cầu xin và nài xin, kèm theo kiêng ăn, mặc áo vải gai và rắc tro lên mình."

Lời cầu nguyện của Đa-ni-ên rất đáng chú ý vì ông không hề né tránh trách nhiệm trước tội lỗi của dân tộc.

Thay vào đó, ông đồng cảm với mọi người và thú nhận những thiếu sót của họ trước mặt Chúa:

"Chúng ta đã phạm tội và làm điều gian ác."
(Đa-ni-ên 9:5)

Lời cầu thay của Đa-ni-ên hướng đến lòng thương xót và sự trung tín trong giao ước của Đức Chúa Trời.

Qua lời cầu nguyện của ông, thiên đàng đã đáp lại. Chúa đã sai thiên sứ Gabriel mang đến sự mặc khải về tương lai của Israel và sự giáng lâm của Đấng Messiah.

Ví dụ của Đa-ni-ên cho thấy rằng sự cầu thay có thể ảnh hưởng không chỉ đến hoàn cảnh hiện tại mà còn cả các thế hệ tương lai.

Chúa Giê-su: Đấng Cầu Thay Tối Thượng

Mặc dù Áp-ra-ham, Môi-se và Đa-ni-ên đã chứng minh sức mạnh của sự cầu thay, nhưng người cầu thay vĩ đại nhất trong lịch sử chính là Chúa Giê-su Ki-tô.

Chúa Giê-su không chỉ cầu nguyện cho nhân loại trong suốt thời gian Ngài thi hành chức vụ trên trần thế mà Ngài còn tiếp tục cầu thay cho đến ngày nay.

Kinh thánh tuyên bố:

"Ngài hằng sống để cầu thay cho họ."
(Hê-bơ-rơ 7:25)

Qua sự hy sinh trên thập tự giá, Chúa Giê-su đã hòa giải nhân loại với Đức Chúa Trời. Qua sự cầu thay liên tục của

Ngài, Ngài luôn luôn đại diện cho những người tin trước mặt Đức Chúa Cha.

Mọi lời cầu nguyện dâng lên trong suốt bốn mươi ngày canh thức này cuối cùng đều được thể hiện qua sứ mệnh của Chúa Kitô.

Niềm tin của chúng ta vào lời cầu nguyện không dựa trên sự công chính của chính mình mà dựa trên công việc đã hoàn thành của Chúa Giê-su.

Đức Thánh Linh: Sự can thiệp từ bên trong người tin Chúa

Trong khi Chúa Giê-su cầu thay cho chúng ta trên trời, Đức Thánh Linh hoạt động trong lòng các tín hữu để củng cố và hướng dẫn lời cầu nguyện của chúng ta.

Kinh Thánh dạy rằng người tin Chúa không được phép cầu nguyện bằng sức riêng của mình. Đức Thánh Linh của Đức Chúa Trời giúp đỡ chúng ta trong việc cầu nguyện, đặc biệt là trong những lúc lời nói không đủ sức diễn tả.

Sứ đồ Phaolô đã viết:

"Cũng vậy, Đức Thánh Linh giúp đỡ sự yếu đuối của chúng ta; vì chúng ta không biết phải cầu nguyện điều gì cho đúng, nhưng chính Đức Thánh Linh cầu thay cho chúng ta bằng những tiếng rên rỉ không thể nói ra được."
(Rô-ma 8:26)

Điều này có nghĩa là sự cầu thay không chỉ đơn thuần là nỗ lực của con người. Đó là sự hợp tác giữa người tin Chúa và Thánh Linh của Đức Chúa Trời.

Khi các tín đồ cầu nguyện, Đức Thánh Linh sẽ làm cho lời cầu nguyện của họ phù hợp với ý muốn của Chúa.

Người tín đồ là đền thờ của Đức Chúa Trời.

Kinh Thánh cũng cho thấy rằng chính những người tin Chúa là nơi ngự của Đức Chúa Trời.

Paul đã viết:

"Anh em há chẳng biết mình là đền thờ của Đức Chúa Trời, và Thánh Linh của Đức Chúa Trời ngự trong anh em sao?"
(1 Cô-rinh-tô 3:16)

Vì Thánh Linh của Đức Chúa Trời ngự trong lòng những người tin, đời sống của người tin trở thành một nơi thánh sống động, nơi diễn ra sự thông công với Đức Chúa Trời.

Chúa Giê-su tuyên bố rằng nhà của Đức Chúa Trời phải là **nhà cầu nguyện** (Ma-thi-ơ 21:13).

Thực tế này không chỉ giới hạn trong các tòa nhà và các buổi tụ họp. Chính dân Chúa trở thành những ngôi nhà cầu nguyện sống động.

Là những đền thờ của Chúa Thánh Thần, các tín hữu mang trong mình lời mời gọi liên tục đến sự hiệp thông với Thiên Chúa.

Một Ngôi Nhà Cầu Nguyện Sống Động

Khi Đức Thánh Linh ngự trong lòng các tín đồ, lời cầu nguyện không còn bị giới hạn ở những thời điểm hay địa điểm cụ thể nữa.

Đức Thánh Linh hình thành trong người tin Chúa một nhận thức liên tục về sự hiện diện của Ngài.

Qua Thánh Linh:

• Lòng chúng ta được thôi thúc hướng về sự cầu nguyện
• Gánh nặng của chúng ta được định hình bởi ý muốn của Chúa • Lời cầu xin của chúng ta phù hợp với ý muốn của Chúa

Bằng cách này, người tín hữu trở thành một bàn thờ sống động để cầu thay.

Đức Thánh Linh thôi thúc chúng ta cầu nguyện cho các gia đình, cho các nhà thờ, cho các nhà lãnh đạo và cho các quốc gia.

Điều bắt đầu như một sự thôi thúc nhỏ trong lòng thường trở thành một hành động cầu nguyện mạnh mẽ trước ngai vàng của Chúa.

Hợp tác trong sự cầu thay

Do đó, chức vụ cầu thay đòi hỏi một sự hợp tác tuyệt vời:

• Chúa Giê-su cầu thay cho chúng ta trước mặt Đức Chúa Cha.
• Đức Thánh Linh cầu thay trong lòng chúng ta.

• **Các tín hữu đáp lại bằng sự vâng phục qua lời cầu nguyện.**

Thông qua sự hợp tác này, mục đích của Chúa được thúc đẩy trên trái đất.

Khi các tín đồ bước vào canh thức cầu nguyện bốn mươi ngày này, họ không cầu nguyện một mình.

Thần Linh của Đức Chúa Trời tác động trong họ, giúp họ gánh vác trách nhiệm cầu thay.

Và chính Chúa Kitô đứng trước mặt Chúa Cha với tư cách là Thượng tế vĩnh hằng, trình bày lời cầu nguyện của các thánh.

Lời kêu gọi trở thành một Ngôi nhà cầu nguyện

Trong mùa kiêng ăn và cầu nguyện này, hãy nhớ rằng cầu nguyện không chỉ đơn thuần là một việc bạn làm.

Đó là một phần bản chất của bạn, với tư cách là ngôi đền của Đức Chúa Trời hằng sống.

Đức Thánh Linh ở trong bạn sẵn sàng hướng dẫn lời cầu nguyện của bạn, củng cố đức tin của bạn và hòa hợp tấm lòng bạn với ý muốn của Chúa.

Nguyện cho canh thức bốn mươi ngày này khơi dậy trong bạn một đời sống hiệp thông sâu sắc hơn với Chúa.

Và nguyện cho cuộc sống của bạn trở nên giống như những gì Chúa Giê-su đã tuyên bố nhà của Đức Chúa Trời luôn phải như vậy:

Một ngôi nhà cầu nguyện.

Bảy ngọn núi ảnh hưởng

Chúng định hình thế giới của chúng ta như thế nào?

Trong suốt chiều dài lịch sử, các xã hội luôn được định hình bởi những phạm vi ảnh hưởng quan trọng, quyết định cách con người suy nghĩ, sinh sống và tự quản lý.

Những lĩnh vực này ảnh hưởng đến các giá trị, văn hóa, luật pháp, giáo dục, kinh tế và định hướng tâm linh. Khi những lĩnh vực này phù hợp với lẽ phải, các quốc gia sẽ thịnh vượng. Khi chúng bị chi phối bởi tham nhũng, lừa dối và bất công, xã hội sẽ trải qua sự hỗn loạn và suy thoái.

Nhiều nhà lãnh đạo Cơ đốc giáo đã mô tả những khu vực này là **Bảy Ngọn Núi Ảnh Hưởng** vì tầm ảnh hưởng và quyền lực mà chúng nắm giữ trong việc định hình nền văn minh.

Sứ mệnh của những người cầu thay không chỉ là cầu nguyện cho cá nhân, mà còn là cầu nguyện cho sự biến đổi của những cấu trúc có tầm ảnh hưởng này để ý muốn của Chúa được phản ánh trong đời sống của các quốc gia.

Khi các tín đồ cầu nguyện một cách có chiến lược cho những ngọn núi này, họ đang cầu xin Chúa mang **sự khôn ngoan, công chính, công lý và chân lý của Ngài** đến những nơi định hình xã hội. Bảy ngọn núi **đó bao gồm:**

1. **Tôn giáo (Giáo hội)**
2. **Gia đình**
3. **Giáo dục**

4. **Chính phủ**
5. **Phương tiện truyền thông**
6. **Nghệ thuật và Văn hóa**
7. **Kinh doanh và Kinh tế**

Mỗi ngọn núi đều có ảnh hưởng to lớn đến cách thức vận hành của xã hội .

1. Ngọn núi tôn giáo (Giáo hội)

Giáo hội được kêu gọi trở thành **lương tâm tâm linh của xã hội** .

Khi Giáo hội vững mạnh, cầu nguyện và dựa trên chân lý, Giáo hội sẽ trở thành nguồn sáng suốt về đạo đức, hướng dẫn tâm linh và niềm hy vọng cho thế giới.

Tuy nhiên, khi Giáo hội trở nên yếu kém, chia rẽ hoặc xao nhãng, xã hội thường đánh mất phương hướng tâm linh của mình.

Chúa Giê-su đã tuyên bố trong Ma-thi-ơ 21:13:

"Nhà Ta sẽ được gọi là nhà cầu nguyện."

Các vị cầu bầu cầu nguyện cho Giáo Hội để Giáo Hội luôn giữ được sự trong sạch, hiệp nhất, can đảm và trung thành với Tin Mừng của Chúa Giêsu Kitô.

2. Ngọn núi gia đình

Gia đình là **nền tảng của mọi xã hội** .

Chính trong gia đình mà các giá trị, bản sắc, nhân cách và niềm tin được hình thành đầu tiên. Gia đình khỏe mạnh tạo ra cộng đồng ổn định và quốc gia hùng mạnh.

Khi gia đình tan vỡ, nhiều thế hệ thường phải vật lộn với sự bất ổn, hoang mang và mất phương hướng.

Kinh Thánh dạy rằng Chúa muốn hàn gắn lại mối quan hệ gia đình:

"Ngài sẽ làm cho lòng cha hướng về con cái, và lòng con cái hướng về cha."
(Ma-la-chi 4:6)

Những người cầu nguyện thay cho các gia đình vì sức khỏe của các thế hệ tương lai phụ thuộc vào họ.

3. Ngọn núi Giáo dục

Giáo dục định hình cách suy nghĩ của con người và cách hình thành nên những nhà lãnh đạo tương lai.

Trường học, đại học và các cơ sở giáo dục có ảnh hưởng đến thế giới quan của cả một thế hệ. Những ý tưởng được giảng dạy trong lớp học thường trở thành các chính sách, công nghệ và hệ thống định hình tương lai.

Vì lý do này, những người có đức tin cầu nguyện rằng sự thật, sự khôn ngoan và sự chính trực sẽ hướng dẫn những người giảng dạy và những người học tập.

Đa-ni-ên và các bạn đồng hành đã chứng minh cách trí tuệ thiêng liêng có thể ảnh hưởng đến môi trường học tập:

"Đức Chúa Trời ban cho họ tri thức và kỹ năng trong mọi lĩnh vực học vấn và sự khôn ngoan."
(Đa-ni-ên 1:17)

Lời cầu nguyện chuyển cầu trên ngọn núi giáo dục nhằm tìm kiếm sự khôn ngoan của Chúa cho học sinh, giáo viên và các cơ sở giáo dục.

4. Núi Chính phủ

Chính phủ có trách nhiệm thiết lập pháp luật, bảo vệ công lý và duy trì trật tự trong xã hội.

Các nhà lãnh đạo chính phủ đưa ra những quyết định ảnh hưởng đến hàng triệu người. Chính sách của họ tác động đến kinh tế, an ninh quốc gia, ổn định xã hội và quan hệ quốc tế.

Kinh Thánh khuyến khích các tín đồ cầu nguyện cho những người cai trị:

"Vậy nên, tôi khuyên anh em hãy cầu xin, cầu nguyện, khẩn cầu và tạ ơn cho mọi người, cho các vua và cho tất cả những người có quyền thế."
(1 Ti-mô-thê 2:1-2)

Những người cầu nguyện thay cho các nhà lãnh đạo chính phủ để sự công chính, công lý và trí tuệ sẽ hướng dẫn các quyết định quốc gia.

5. Ngọn núi Truyền thông và Giải trí

Truyền thông và giải trí định hình cách mọi người tiếp nhận thông tin và diễn giải các sự kiện xảy ra xung quanh họ.

Thông qua truyền hình, đài phát thanh, các nền tảng kỹ thuật số, báo chí và mạng xã hội, các câu chuyện được hình thành, tác động đến nhận thức của công chúng và các giá trị văn hóa.

Nhờ phạm vi ảnh hưởng rộng lớn, truyền thông có quyền lực để lan truyền sự thật hoặc khuếch đại sự dối trá.

Những người có đức tin cầu nguyện rằng sự thật, tính chính trực và sự khôn ngoan sẽ hướng dẫn những người truyền đạt thông tin đến công chúng.

6. Núi Nghệ thuật và Văn hóa

Nghệ thuật và văn hóa ảnh hưởng đến trí tưởng tượng, sự sáng tạo và khả năng thể hiện cảm xúc của xã hội.

Âm nhạc, phim ảnh, văn học, nghệ thuật thị giác và giải trí định hình cách con người nhìn nhận về cái đẹp, đạo đức, bản sắc và ý nghĩa.

Trong suốt Kinh Thánh, sự sáng tạo thường được sử dụng để tôn vinh Đức Chúa Trời, từ việc xây dựng đền thờ đến những bài thánh ca thờ phượng được viết trong sách Thi Thiên.

Những người cầu nguyện khẩn thiết mong rằng sự sáng tạo và ảnh hưởng văn hóa sẽ được sử dụng để phản ánh chân lý, vẻ đẹp và niềm hy vọng.

7. Ngọn núi Kinh doanh và Kinh tế

Các hệ thống kinh doanh và kinh tế quyết định cách thức sản xuất, phân phối và quản lý tài nguyên.

Khi các hệ thống kinh tế hoạt động một cách liêm chính, cộng đồng sẽ thịnh vượng và cơ hội sẽ gia tăng. Khi tham nhũng thống trị các hệ thống kinh tế, bất bình đẳng và bóc lột thường sẽ theo sau.

Kinh Thánh nhắc nhở các tín đồ rằng Đức Chúa Trời là nguồn gốc của sự khôn ngoan để đạt được sự thịnh vượng và quản lý tốt.

Những người cầu nguyện khẩn thiết mong rằng các nhà lãnh đạo doanh nghiệp sẽ hoạt động với sự chính trực, công bằng và tinh thần trách nhiệm đối với xã hội.

Vì sao việc cầu nguyện cho bảy ngọn núi lại quan trọng

Mục đích của việc cầu nguyện cho những ngọn núi này không phải là thống trị hay kiểm soát. Mục tiêu là sự biến đổi.

Khi sự chính trực tác động đến các cấu trúc định hình xã hội, con người sẽ được hưởng công lý, cơ hội, hòa bình và sự minh bạch về đạo đức lớn hơn.

Chúa Giê-su dạy các môn đồ của Ngài cách cầu nguyện:

"Nước Cha đến . Ý Cha được thực hiện dưới đất cũng như trên trời."
(Ma-thi-ơ 6:10)

Qua lời cầu nguyện, các tín đồ cùng hợp tác với những kế hoạch của Chúa dành cho thế giới.

Sự cầu thay trở thành một cách để mời gọi sự khôn ngoan và vương quốc của Chúa vào mọi lĩnh vực ảnh hưởng của con người.

Trong suốt bốn mươi ngày cầu nguyện tiếp theo, bạn sẽ cầu thay không chỉ cho các cá nhân mà còn cho những **cấu trúc định hình nên các quốc gia và các thế hệ** .

Hướng dẫn cách sử dụng cẩm nang cầu nguyện này

Hướng dẫn cầu nguyện này được thiết kế như một **khuôn khổ có cấu trúc** để giúp các tín hữu cầu nguyện một cách chiến lược cho Giáo hội, các nhà lãnh đạo và các quốc gia.

Nó có thể được sử dụng **cá nhân, trong các nhóm cầu nguyện, hoặc bởi toàn bộ cộng đồng nhà thờ** những người cảm nhận được lời kêu gọi đứng ra cầu thay cho các quốc gia.

Hướng dẫn này được chia thành ba phần chính:

1. **Tuyên bố mở và đóng cổng thông tin (10 phần)**
2. **40 ngày cầu nguyện chiến lược, gồm 320 điểm cầu nguyện.**
3. **Tám buổi canh thức cầu nguyện hàng ngày – 320 điểm cầu nguyện**

Mỗi phần đều phục vụ một mục đích cụ thể trong việc chuẩn bị cho người cầu thay cầu nguyện với thẩm quyền, sự đồng thuận và sự che chở thuộc linh.

1. Tuyên bố mở và đóng cổng thông tin

Trước khi bắt đầu các điểm cầu nguyện hàng ngày, cuốn sách cung cấp **mười lời cầu nguyện kích hoạt lời tiên tri** có tiêu đề:

Sức mạnh nguyên tử của lời cầu nguyện (Phần 1–10).

Những tuyên bố này phục vụ một số mục đích:

• Thiết lập thẩm quyền thuộc linh trong Chúa Kitô
• Mở ra các cánh cửa cầu nguyện trong cõi tâm linh • Phá vỡ sự chống đối và can thiệp của ma quỷ • Ban phát những lời tuyên bố tiên tri trên người cầu thay và vùng lãnh thổ
• Niêm phong bầu không khí cầu nguyện trước khi bắt đầu cầu thay

Những lời tuyên bố này có thể được cầu nguyện theo một trong hai cách sau:

Phương án 1 — Kích hoạt cầu nguyện lúc nửa đêm

cầu nguyện cả **mười phần bắt đầu từ nửa đêm** , mở đầu canh thức cầu nguyện cho ngày hôm đó.

Điều này thiết lập thẩm quyền tâm linh và chuẩn bị bầu không khí cho lời cầu nguyện trong ngày.

Phương án 2 — Canh thức cầu nguyện hai tiếng

Hãy cầu nguyện **một phần mỗi hai giờ** , bao quát các canh thức tâm linh trong ngày.

Ví dụ về lịch trình:

00:00 – Khai mạc cổng thông tin / Phần 1
02:00 – Phần 24:00 – Phần 36:00 – Phần 48:00 – Phần 510:00 – Phần 612:00 – Phần 72:00 – Phần 84:00 – Phần 96:00 – Phần 10 (Tuyên bố niêm phong)

Cấu trúc này giúp duy trì **sự bao phủ của lời cầu nguyện liên tục** .

2. Canh thức cầu nguyện 40 ngày

Cốt lõi của hướng dẫn này là một **giai đoạn cầu nguyện tập trung kéo dài 40 ngày** được thực hiện hàng năm, bắt đầu từ:

Từ ngày 17 tháng 3 đến ngày 25 tháng 4

Trong bốn mươi ngày này, các tín đồ được khuyến khích kiêng ăn và cầu nguyện theo sự hướng dẫn của Chúa.

Mỗi ngày bao gồm:

• **Tám điểm cầu nguyện chiến lược**
• **Hai đoạn Kinh Thánh nền tảng**
• **Lời cầu nguyện chuyển cầu có mục tiêu cho Bảy Ngọn Núi Ảnh Hưởng**

Trong suốt bốn mươi ngày, người cầu nguyện sẽ cầu nguyện **320 điểm cầu nguyện chiến lược** .

Những lời cầu nguyện này đề cập đến các trạng thái tâm linh ảnh hưởng đến:

* Giáo hội hoặc các hệ thống và tổ chức tôn giáo
* Truyền thông và Giải trí
* Kinh doanh và Kinh tế
• Gia đình • Quốc gia • Lãnh đạo • Hệ thống văn hóa

3. Tám Canh Cầu Nguyện Hàng Ngày

Các lời cầu nguyện được sắp xếp theo **tám canh trong ngày** , tượng trưng cho sự tỉnh thức tâm linh liên tục.

Theo truyền thống, các cuộc canh gác này được thực hiện vào những thời điểm sau:

6:00 sáng
9:00 sáng12:00 chiều3:00 chiều6:00 chiều9:00 chiều12:00 sáng3:00 sáng

Mỗi điểm cầu nguyện có thể được thực hiện trong một trong những khung giờ này.

Nhịp điệu này cho phép các tín đồ duy trì **việc cầu nguyện đều đặn suốt cả ngày** .

4. Cầu nguyện riêng lẻ hoặc theo nhóm

Hướng dẫn này có thể được sử dụng theo nhiều cách:

Cầu nguyện cá nhân

Một tín đồ cá nhân có thể cầu nguyện thông qua cuốn sách hướng dẫn này trong giờ tĩnh nguyện cá nhân và ăn chay.

Các nhóm cầu nguyện

Các nhóm nhỏ có thể phân chia việc canh thức cầu nguyện cho các thành viên, đảm bảo việc cầu nguyện được thực hiện liên tục.

Sự cầu thay của Giáo hội

Các nhà thờ có thể sử dụng hướng dẫn này trong các mùa kiêng ăn tập thể hoặc các buổi cầu nguyện.

5. Cầu nguyện với lòng mong đợi

Khi bạn cầu nguyện qua những trang sách này, hãy nhớ rằng sự cầu thay không chỉ đơn thuần là đọc thuộc lòng các từ ngữ.

Đó là **việc đứng trước mặt Chúa thay mặt cho người khác** .

Hãy cầu nguyện cùng:

- Niềm tin vào những lời hứa của Chúa
- Nhạy bén với sự dẫn dắt của Đức Thánh Linh • Kỳ vọng rằng Chúa sẽ can thiệp vào công việc của các quốc gia.

Lời mời ban đầu cho nhiệm vụ này vẫn còn hiệu lực cho đến ngày nay:

Hãy đứng ra bảo vệ chỗ trống.

Và nhờ lời cầu nguyện chân thành, nguyện xin ý muốn của Chúa được thực hiện **dưới đất cũng như trên trời.**

Lời kêu gọi gửi đến những người canh gác các quốc gia

Trong suốt lịch sử dân Chúa, Chúa đã dấy lên những người nam và nữ đứng trước mặt Ngài để bênh vực người khác. Những người này không phải lúc nào cũng là vua, tiên tri hay lãnh đạo công chúng. Nhiều người trong số họ là những tín đồ bình thường mang trong mình gánh nặng phi thường là cầu nguyện.

Họ trở thành **người canh gác** .

Người canh gác đứng cảnh giác trong khi những người khác ngủ. Người canh gác nhìn thấy nguy hiểm trước khi nó ập đến. Người canh gác kêu cầu Chúa thương xót, che chở và can thiệp thiêng liêng.

Chúa đã phán qua tiên tri Ê-xê-chi-ên:

"Ta tìm kiếm trong số họ một người có thể xây dựng hàng rào và đứng vào chỗ trống trước mặt ta để bảo vệ đất nước."
— Ê-xê-chi-ên 22:30

Ngày nay, Chúa vẫn tìm kiếm những người như vậy.

Ngài tìm kiếm những người không chỉ cầu nguyện cho nhu cầu của riêng mình mà còn cho vận mệnh của Giáo hội, tương lai của các quốc gia và tình trạng tâm linh của xã hội.

Hướng dẫn cầu nguyện này là lời mời gọi bạn trở thành một trong những người canh giữ đó.

Có thể bạn đang cầu nguyện một mình trong một căn phòng yên tĩnh, trong một nhóm cầu nguyện với bạn bè, hoặc trong cộng đồng nhà thờ. Bất kể bạn ở đâu, khi bạn cầu nguyện với đức tin và sự vâng phục, bạn đang tham gia vào công việc cứu chuộc của Chúa trên trái đất.

Qua lời cầu nguyện:

Lòng người được mềm mỏng.
Thành trì bị phá vỡ. Các nhà lãnh đạo được soi sáng bởi sự khôn ngoan thiêng liêng. Và mục đích của Chúa được lan rộng khắp các quốc gia.

Nhiệm vụ này là một phần của phong trào ngày càng phát triển của những người tin Chúa trên khắp thế giới, những người đã cam kết đứng vững trong thời **gian cầu nguyện 40 ngày, từ ngày 17 tháng 3 đến ngày 25 tháng 4 hàng năm** .

Những người cầu nguyện từ nhiều quốc gia đang cùng nhau chung một gánh nặng—cầu nguyện cho Giáo hội, cho các nhà lãnh đạo và cho sự biến đổi của Bảy Ngọn Núi Ảnh Hưởng.

Cùng nhau, cộng đồng những người cầu nguyện ngày càng lớn mạnh này mong muốn huy động **hàng triệu người cầu thay trên toàn thế giới** , những người sẽ cất tiếng cầu nguyện trước Chúa vì vận mệnh của các quốc gia.

Bạn được mời tham gia vào công ty đó.

Khi bắt đầu cầu nguyện theo hướng dẫn này, hãy nhớ rằng cầu nguyện không chỉ đơn thuần là một nghi thức hay bài tập tôn giáo. Cầu nguyện là sự hợp tác thiêng liêng với Chúa.

Chúa Thánh Thần cầu nguyện qua chúng ta.
Chúa Giê-su cầu thay cho chúng ta. Và Chúa Cha nghe thấy tiếng kêu than của dân Ngài.

Hãy tiếp cận những lời cầu nguyện này với lòng khiêm nhường, đức tin và sự mong đợi.

Nguyện xin Chúa củng cố tinh thần bạn, mài sắc khả năng phân định của bạn và ban cho bạn sức mạnh để đứng vững trung thành trong chỗ trống.

Lời kêu gọi vẫn giữ nguyên như xưa:

Hãy tỉnh thức và cầu nguyện.

Và nhờ sự cầu nguyện trung tín, nguyện xin ý muốn của Chúa được thực hiện **dưới đất cũng như trên trời.**

Bước vào canh gác bốn mươi ngày

Chuẩn bị tâm hồn cho sự cầu thay

Việc canh thức cầu nguyện bốn mươi ngày không chỉ là một bài tập tâm linh. Đó là lời mời gọi đến gần Chúa hơn và tham gia vào các mục đích của Ngài dành cho Giáo hội và các quốc gia.

Trong suốt Kinh Thánh, những mùa kiêng ăn và cầu nguyện thường đi trước những khoảnh khắc đột phá về mặt tâm linh, sự phục hồi và sự hướng dẫn thiêng liêng. Đó là những thời điểm mà dân Chúa hạ mình, tìm kiếm dung nhan Ngài và hòa hợp tấm lòng với ý muốn của Ngài.

Khi chuẩn bị bước vào canh thức bốn mươi ngày này, điều quan trọng là phải tiếp cận thời gian này với thái độ đúng đắn trong tâm hồn.

Thời đại của sự khiêm nhường

Sự cầu thay chân thành bắt đầu bằng sự khiêm nhường.

Trước khi cầu nguyện cho các quốc gia, các nhà lãnh đạo và cộng đồng, các tín đồ trước hết phải đặt mình trước mặt Chúa với lòng thành kính và cởi mở.

Chúa phán:

'Nếu dân Ta, là những người được gọi bằng danh Ta, biết hạ mình xuống, cầu nguyện, tìm kiếm mặt Ta, và từ bỏ những đường lối gian ác của mình, thì Ta sẽ nghe lời cầu nguyện từ trời, tha thứ tội

lỗi của họ, và chữa lành đất nước của họ."
(2 Sử ký 7:14)

Sự khiêm nhường cho phép Đức Thánh Linh xem xét tấm lòng chúng ta và loại bỏ bất cứ điều gì có thể cản trở sự thông công của chúng ta với Chúa.

Trong mùa này, hãy cầu xin Chúa thanh tẩy tâm hồn bạn và làm mới lòng sùng kính của bạn đối với Ngài.

Thời khắc sám hối

Sự cầu thay thường bắt đầu bằng sự ăn năn.

Đa-ni-ên đã thể hiện điều này khi ông cầu nguyện cho sự phục hồi của Israel. Thay vì xa lánh những thất bại của dân tộc mình, ông đã thú nhận tội lỗi của họ trước mặt Chúa.

"Chúng ta đã phạm tội và làm điều gian ác."
(Đa-ni-ên 9:5)

Sự ăn năn chuẩn bị tâm hồn để đến gần Chúa với lòng thành kính và tôn trọng.

Khi bắt đầu canh thức bốn mươi ngày này, hãy dành thời gian cầu xin Chúa tha thứ, đổi mới và soi sáng tâm linh.

Thời điểm của sự đồng thuận

Cầu nguyện không chỉ là trình bày những yêu cầu với Chúa. Nó còn là việc hòa hợp tấm lòng của chúng ta với mục đích của Ngài.

Chúa Giê-su dạy các môn đệ của Ngài cách cầu nguyện:

"Nước Cha đến . Ý Cha được thực hiện dưới đất cũng như trên trời."
(Ma-thi-ơ 6:10)

Trong mùa cầu nguyện này, hãy cầu xin Chúa hướng dẫn suy nghĩ, ước muốn và ưu tiên của bạn phù hợp với ý muốn của Ngài.

Hãy để Đức Thánh Linh hướng dẫn lời cầu nguyện của bạn theo ý định của Chúa dành cho Hội Thánh và các quốc gia.

Thời đại của sự thống nhất

Lời cầu thay trở nên đặc biệt mạnh mẽ khi các tín hữu cùng nhau cầu nguyện trong sự hiệp nhất.

Giáo hội sơ khai đã đạt được những bước đột phá đáng kể bởi vì họ cầu nguyện với một tấm lòng và một mục đích duy nhất.

Công vụ các Tông đồ 12:5 ghi lại:

"Phi-e-rơ bị giam trong tù, nhưng hội thánh không ngừng cầu nguyện cho ông trước mặt Đức Chúa Trời."

Qua lời cầu nguyện hiệp nhất, Chúa đã can thiệp một cách siêu nhiên.

Khi các cá nhân, nhóm cầu nguyện và nhà thờ cùng tham gia vào sự canh thức bốn mươi ngày này, nguyện xin Thánh Linh của Đức Chúa Trời tạo nên một cảm giác hiệp nhất sâu sắc hơn giữa các tín hữu.

Thời khắc mong đợi

Cầu thay không phải là hành động tuyệt vọng mà là sự thể hiện của đức tin.

Khi các tín đồ cầu nguyện, họ đang đáp lại lời mời gọi của một Đức Chúa Trời luôn lắng nghe và đáp lời cầu nguyện.

Giê-rê-mi 33:3 tuyên bố:

"Hãy cầu nguyện với Ta, và Ta sẽ đáp lời ngươi, và tỏ cho ngươi những điều lớn lao và kỳ diệu mà ngươi chưa biết."

Hãy bước vào chu kỳ canh gác bốn mươi ngày này với sự mong đợi.

Hãy kỳ vọng Chúa sẽ tác động đến tấm lòng mọi người.

Hãy mong chờ những cuộc gặp gỡ thần kỳ.

Hãy kỳ vọng vào sự phục hồi, định hướng và chuyển đổi.

Một nhiệm vụ thiêng liêng

Trong hai mươi năm qua, mùa cầu nguyện này—từ ngày 17 tháng 3 đến ngày 25 tháng 4—được coi là thời gian cầu thay riêng cho Giáo hội và cho các quốc gia.

Điều bắt đầu như một lời kêu gọi cầu nguyện cá nhân giờ đây đã trở thành lời mời gọi dành cho các tín hữu khắp nơi cùng tham gia vào sứ mệnh thiêng liêng này.

Khi bắt đầu hành trình này, hãy nhớ rằng lời cầu nguyện của bạn rất quan trọng.

Chúa vẫn đang tìm kiếm những người sẽ đứng ra gánh vác trách nhiệm.

Nguyện cho kỳ canh thức bốn mươi ngày này giúp bạn củng cố mối quan hệ với Chúa, tăng thêm lòng sốt sủng trong việc cầu thay cho người khác, và giúp Ngài thực hiện ý định của mình trên trái đất.

Giờ thì chúng ta bắt đầu canh gác thôi.

Các đoạn Kinh Thánh nền tảng cho Canh thức Bốn mươi ngày

Mỗi mùa cầu nguyện phải bắt nguồn từ Lời Chúa. Lời cầu nguyện có thẩm quyền khi nó phù hợp với những lời hứa, mục đích và bản chất của Chúa được bày tỏ trong Kinh Thánh.

Những đoạn Kinh Thánh sau đây tạo thành nền tảng Kinh Thánh cho kỳ canh thức cầu nguyện bốn mươi ngày này. Những đoạn Kinh Thánh này nhắc nhở chúng ta lý do tại sao chúng ta cầu nguyện, cách chúng ta cầu nguyện và điều chúng ta tin rằng Chúa muốn thực hiện trên trái đất.

Trong suốt những ngày ăn chay và cầu nguyện, hãy thường xuyên quay lại với những đoạn Kinh Thánh này và để chúng củng cố đức tin cũng như hướng dẫn lời cầu nguyện của bạn.

Lời kêu gọi đứng ra bảo vệ chỗ trống
Ê-xê-chi-ên 22:30
"Ta tìm kiếm trong số họ một người có thể xây dựng bức tường và đứng vững trước mặt Ta để bảo vệ đất nước, hầu cho Ta không hủy diệt nó."
Chúa vẫn tiếp tục tìm kiếm những người sẽ đứng lên bảo vệ đất nước trước mặt Ngài.

Trách nhiệm của người canh gác
Ê-xê-chi-ên 3:18–19
"Khi Ta phán với kẻ ác rằng: 'Ngươi chắc chắn sẽ chết,' mà ngươi không cảnh báo hắn… Ta sẽ đòi huyết hắn nơi tay ngươi. Nhưng nếu ngươi cảnh báo kẻ ác… thì ngươi đã cứu được linh hồn mình."
Sự cầu thay mang theo trách nhiệm của sự tỉnh thức tâm linh.

Nhà của Chúa như một Nhà Cầu Nguyện
Ma-thi-ơ 21:13
"Nhà Ta sẽ được gọi là nhà cầu nguyện."
Ê-sai 56:7
"Nhà Ta sẽ được gọi là nhà cầu nguyện cho mọi dân tộc."
Ý muốn của Chúa là dân Ngài trở thành một cộng đồng cầu nguyện, chào đón các dân tộc đến với sự hiện diện của Ngài.

Lời kêu gọi cầu nguyện kiên trì
Lu-ca 18:1
"Đàn ông luôn phải cầu nguyện và đừng nản lòng."
Ma-thi-ơ 26:41
"Hãy tỉnh thức và cầu nguyện, kẻo các con sa vào cám dỗ."

Cầu nguyện đòi hỏi sự kiên trì, cảnh giác và tỉnh thức về mặt tâm linh.

Sự trợ giúp của Chúa Thánh Thần trong lời cầu bầu
Rô-ma 8:26
"Đức Thánh Linh cũng giúp đỡ những yếu đuối của chúng ta… chính Đức Thánh Linh cầu thay cho chúng ta bằng những tiếng rên rỉ không thể diễn tả được."
Rô-ma 8:34
"Chúa Kitô... thậm chí còn ở bên hữu Đức Chúa Trời, Ngài cũng cầu thay cho chúng ta."
Sự cầu thay được ban quyền năng bởi cả Chúa Thánh Thần ở trong chúng ta và bởi Chúa Kitô, Đấng cầu thay cho chúng ta trước mặt Chúa Cha.

Sự mạnh dạn trong cầu nguyện và phục vụ
Công vụ 4:29–30
"Xin ban cho các tôi tớ Chúa sự mạnh dạn để rao giảng lời Chúa… để các dấu kỳ phép lạ được thực hiện nhờ danh của Tôi Tớ Thánh Chúa là Giê-su."
Giáo hội sơ khai đã cầu nguyện với lòng can đảm và niềm hy vọng.

Sức mạnh của lời cầu nguyện tập thể
Công vụ 12:5
"Phi-e-rơ bị giam trong tù, nhưng hội thánh không ngừng cầu nguyện cho ông trước mặt Đức Chúa Trời."
Sự cầu thay của doanh nghiệp đã dẫn đến sự can thiệp của thần thánh.

Chờ đợi Chúa trong sự cầu nguyện
Lu-ca 6:12

"Ông lên núi cầu nguyện, và suốt đêm cầu nguyện với Đức Chúa Trời."

Thi Thiên 37:7

"Hãy nương tựa vào Chúa và kiên nhẫn chờ đợi Ngài."

Sự cầu thay chân thành thường đòi hỏi phải chờ đợi Chúa.

Sự ăn năn và phục hồi quốc gia

Đa-ni-ên 9:3–4

"Tôi hướng mặt về Đức Chúa Trời để cầu xin bằng lời cầu nguyện và nài xin, kèm theo kiêng ăn."

2 Sử ký 7:14

"Nếu dân Ta, những người được gọi bằng danh Ta, biết hạ mình xuống và cầu nguyện… thì Ta sẽ nghe từ trời và chữa lành đất nước của họ."

Công cuộc phục hồi quốc gia thường bắt đầu bằng sự ăn năn và cầu nguyện.

Chiến tranh tâm linh

Ê-phê-sô 6:18

"Luôn luôn cầu nguyện với tất cả lòng thành kính và khẩn cầu trong Thánh Linh."

Cầu nguyện là một trong những vũ khí chính trong cuộc chiến tâm linh.

Cầu nguyện cho các nhà lãnh đạo và các quốc gia

Rô-ma 15:30–31

"Hãy cùng tôi cầu nguyện với Chúa cho tôi."

2 Tê-sa-lô-ni-ca 3:1

"Hãy cầu nguyện cho chúng tôi, để lời Chúa được lan truyền nhanh chóng và được tôn vinh."

Kinh Thánh nhiều lần kêu gọi các tín đồ cầu nguyện cho các nhà lãnh đạo và sự lan truyền của phúc âm.

Lời cầu nguyện cho Nước Chúa đến

Ma-thi-ơ 6:10

"Nước Cha đến . Ý Cha được thực hiện dưới đất cũng như trên trời."
Lời cầu nguyện này vẫn là lời khẩn cầu trọng tâm cho mọi thế hệ.

Lời hứa phục hồi của Chúa
Giê-rê-mi 31:11–12
"Chúa đã chuộc Gia-cốp và trả giá cho ông."
Mục đích cuối cùng của Chúa hướng đến sự cứu chuộc và phục hồi.

Quyền năng của Chúa trên các quốc gia
Ê-sai 9:6-7
"Sự gia tăng quyền cai trị và hòa bình của Ngài sẽ không bao giờ chấm dứt."
Chúa Kitô trị vì trên các quốc gia, và Vương quốc của Ngài tiếp tục mở rộng.

Chiến thắng của người chính trực
Thi Thiên 92:8
"Nhưng lạy Chúa, Ngài vẫn ngự trên cao đời đời."
Chiến thắng cuối cùng thuộc về Chúa.

Lời kêu gọi cầu thay
Từ việc Áp-ra-ham cầu xin cho các thành phố, đến Môi-se đứng lên bảo vệ dân Y-sơ-ra-ên, đến Đa-ni-ên cầu nguyện cho sự phục hồi, đến việc Chúa Giê-su và Đức Thánh Linh cầu thay cho các tín đồ, Kinh Thánh luôn luôn cho thấy sức mạnh của lời cầu nguyện.
Bốn mươi ngày cầu nguyện này tiếp tục truyền thống Kinh Thánh đó.
Nguyện xin những lời Kinh Thánh này củng cố đức tin của bạn khi bạn bước vào canh thức cầu nguyện cho Giáo Hội, cho các vị lãnh đạo và cho các quốc gia.

Lời cầu nguyện chiến lược 40 ngày

Ngày 1 - Dựng Bàn Thờ Cầu Nguyện

Kinh Thánh: Ê-xê-chi-ên 22:30; Lu-ca 18:1

Ê-xê-chi-ên 22:30
Bản dịch Kinh Thánh New King James (NKJV)
"Ta tìm kiếm trong số họ một người có thể xây dựng bức tường và đứng vững trước mặt Ta để bảo vệ đất nước, hầu cho Ta không hủy diệt nó; nhưng Ta không tìm thấy ai cả."

Thông điệp (MSG)
"Tôi đã tìm kiếm người đứng lên bảo vệ tôi chống lại tất cả những điều này, để sửa chữa hệ thống phòng thủ của thành phố, để bênh vực tôi và đứng ra bảo vệ vùng đất này để tôi không phải phá hủy nó. Nhưng
tôi không tìm thấy ai cả."

Lu-ca 18:1
Bản dịch Kinh Thánh New King James (NKJV)
"Rồi Ngài kể cho họ một dụ ngôn, rằng người ta phải luôn cầu nguyện và đừng nản lòng."

Thông điệp (MSG)
"Chúa Giê-su kể cho họ một câu chuyện cho thấy rằng việc cầu nguyện kiên trì và không bao giờ bỏ cuộc là điều cần thiết."

6 giờ sáng, Lạy Cha, xin hãy nâng đỡ con trở thành người biết đứng ra lấp chỗ trống, hàn gắn những đổ vỡ và từ chối sự thụ động về mặt tâm linh trong mùa kiêng ăn này.

9 giờ sáng, tôi dâng hiến tâm linh, linh hồn và thân thể mình cho chức vụ cầu thay tỉnh thức; nguyện xin mọi bàn thờ gây xao nhãng đều bị lật đổ.

12 giờ trưa: Nguyện xin ngọn lửa cầu nguyện được nhóm lại trong Hội Thánh của Ngài cho đến khi cầu nguyện không còn là một chương trình mà trở thành một phần không thể thiếu trong cuộc sống.

3 giờ chiều, tôi phá vỡ thỏa thuận với sự ngủ nướng, thờ ơ và trì hoãn; tôi nhận được sức mạnh để cầu nguyện cho đến khi trời đáp lời.

6 giờ chiều, Lạy Chúa, xin biến đời con thành một ngôi nhà ngập tràn hương trầm, một cánh cổng vững chắc và một bàn thờ công chính nơi ý muốn của Ngài được thực thi.

9 giờ tối: Xin Chúa thương xót hàn gắn mọi rạn nứt trong gia đình, nhà thờ, thành phố và quốc gia của con, khi con đứng trước mặt Ngài.

12 giờ đêm, tôi tuyên bố rằng việc nhịn ăn này sẽ không chỉ là nghi lễ vô nghĩa; nó sẽ tạo ra sự chuyển biến trong tâm linh và sự thể hiện trên trái đất.

3 giờ sáng, lạy Chúa, xin Chúa tìm nơi con một người cầu thay sẵn lòng và cho tiếng nói của con được vang lên trước mặt Ngài để mang lại sự phục hồi, thức tỉnh và giải thoát.

Ngày 2 - Sự tỉnh thức và gánh nặng của linh hồn

Kinh Thánh: Ê-xê-chi-ên 3:18-21; Ma-thi-ơ 26:41

Ê-xê-chi-ên 3:18–21
Bản dịch Kinh Thánh New King James (NKJV)
"Khi Ta phán với kẻ ác rằng: 'Ngươi chắc chắn sẽ chết,' mà các ngươi không cảnh báo hay khuyên răn kẻ ác từ bỏ con đường gian ác để cứu mạng sống hắn, thì chính kẻ ác ấy sẽ chết trong tội lỗi mình; nhưng Ta sẽ đòi huyết của hắn nơi tay các ngươi."
Nhưng nếu ngươi cảnh cáo kẻ ác mà hắn không từ bỏ sự gian ác, cũng không từ bỏ con đường gian ác của mình, thì hắn sẽ chết trong tội lỗi của hắn; nhưng ngươi đã cứu được linh hồn mình.
Lại một lần nữa, khi người công chính lìa bỏ sự công chính của mình và phạm tội ác, và ta đặt một chướng ngại vật trước mặt người, thì người ấy sẽ chết; bởi vì các ngươi không cảnh báo người ấy, người ấy sẽ chết trong tội lỗi của mình, và sự công chính mà người ấy đã làm sẽ không được ghi nhớ; nhưng ta sẽ đòi huyết của người ấy nơi tay các ngươi.
Tuy nhiên, nếu ngươi cảnh báo người công chính rằng người công chính không nên phạm tội, và người ấy không phạm tội, thì chắc chắn người ấy sẽ được sống vì đã nghe lời cảnh báo; ngươi cũng sẽ cứu được linh hồn mình."

Thông điệp (MSG)
"Nếu ta cảnh báo kẻ ác rằng: 'Ngươi đang trên đường đến cái chết!' mà ngươi không lên tiếng cảnh báo hắn thay đổi lối

sống, thì kẻ ác sẽ chết trong tội lỗi mà không được cảnh báo, và ta sẽ bắt ngươi chịu trách nhiệm."
Nhưng nếu bạn cảnh cáo kẻ ác mà hắn không chịu thay đổi lối sống, hắn sẽ chết trong tội lỗi của mình, còn bạn sẽ cứu được mạng sống mình.
Và nếu một người tốt quay lưng lại với điều thiện và làm điều ác, và ta đặt chướng ngại vật trên đường đời của người ấy và người ấy chết, thì ngươi phải chịu trách nhiệm nếu ngươi không cảnh báo người ấy. Người ấy sẽ chết vì tội lỗi của mình và những việc tốt người ấy đã làm trước đó sẽ trở nên vô nghĩa—và ta sẽ bắt ngươi chịu trách nhiệm.
Nhưng nếu bạn cảnh báo người tốt đừng phạm tội, và người ấy nghe lời và không phạm tội, thì người ấy sẽ được sống vì đã coi trọng lời cảnh báo của bạn—và bạn sẽ cứu được mạng sống của mình."

Ma-thi-ơ 26:41
Bản dịch Kinh Thánh New King James (NKJV)
"Hãy tỉnh thức và cầu nguyện, kẻo các con sa vào cám dỗ. Tinh thần thì sẵn sàng, nhưng xác thịt thì yếu đuối."

Thông điệp (MSG)
"Hãy tỉnh thức; hãy cầu nguyện để không sa vào cám dỗ mà không hề hay biết mình đang gặp nguy hiểm. Có một phần trong bạn háo hức, sẵn sàng đón nhận mọi điều từ Chúa, nhưng cũng có một phần khác lười biếng như con chó già nằm ngủ bên đống lửa."

6 giờ sáng Lạy Cha, xin cho con trở thành người canh gác trung thành, không im lặng khi số phận, gia đình và quốc gia đang bị đe dọa.

9 giờ sáng, tôi từ chối sự bất cẩn trong nơi cầu nguyện; tôi nhận được sự sáng suốt để nhìn thấy nguy hiểm trước khi nó biểu hiện.

12 giờ trưa: Nguyện xin gánh nặng về những người lạc lối, những người sa ngã và những người bị tổn thương về mặt tâm linh đặt lên vai tôi với sức nặng thánh thiện.

3 giờ chiều: Hỡi mọi thế lực bất cầu được phái đến để làm suy yếu sự canh giữ của ta, hãy buông bỏ quyền lực và cúi đầu trước quyền tối cao của Chúa Giê-su Ki-tô.

6 giờ chiều, tôi tuyên bố rằng mắt tôi sẽ mở to, tai tôi sẽ lắng nghe, và tâm linh tôi sẽ luôn cảnh giác trước những lời cảnh báo thiêng liêng.

9 giờ tối, Lạy Chúa, xin cho Hội Thánh của Ngài cảnh giác trước sự thỏa hiệp, cám dỗ và sự xâm nhập của Sa-tan trong giờ này.

12 giờ đêm, tôi đứng lên chống lại mọi âm mưu đen tối nhắm vào các thánh nhân, và tôi cầu xin sự can thiệp thiêng liêng chống lại những âm mưu ngầm.

3 giờ sáng, Lạy Cha, xin cho việc kiêng ăn này mài giũa chiếc áo canh gác của con cho đến khi con cầu nguyện với sự chính xác, uy quyền và sức mạnh kiên trì vượt qua mọi khó khăn.

Ngày 3 - Ngôi nhà cầu nguyện được phục hồi

Kinh Thánh: Ma-thi-ơ 21:13; Ê-sai 56:7

Ma-thi-ơ 21:13
Bản dịch Kinh Thánh New King James (NKJV)
"Và Ngài phán với họ:
'Có chép rằng: Nhà *Ta sẽ được gọi là nhà cầu nguyện,* nhưng các ngươi đã biến nó thành hang trộm cướp.'"

Thông điệp (MSG)
Ông nói: "Có câu Kinh Thánh chép rằng:
Nhà Ta sẽ được gọi là nhà cầu nguyện.
Nhưng các ngươi đã biến nó thành nơi tụ tập của bọn trộm cướp."

Ê-sai 56:7
Bản dịch Kinh Thánh New King James (NKJV)
"Ta sẽ đem cả họ đến núi thánh của Ta,
và làm cho họ vui mừng trong nhà cầu nguyện của Ta. Lễ vật thiêu và lễ vật hy sinh của họ sẽ được chấp nhận trên bàn thờ của Ta; vì nhà Ta sẽ được gọi là nhà cầu nguyện cho mọi dân tộc."

Thông điệp (MSG)
"Ta sẽ đưa họ đến ngọn núi thánh của Ta
và ban cho họ niềm vui trong nhà nguyện của Ta. Họ sẽ được chào đón đến thờ phượng – giống như những người bên trong, để dâng lễ vật thiêu và lễ vật hy sinh lên bàn thờ của Ta."

Ồ vâng! Ngôi nhà thờ của tôi
sẽ được biết đến như **một ngôi nhà cầu nguyện cho tất cả mọi người** ."

6 giờ sáng, Lạy Chúa, xin thanh tẩy nhà Ngài và loại bỏ mọi ô uế chống lại lời cầu nguyện chân chính, sự thanh khiết và quyền năng.

9 giờ sáng: Nguyện xin Chúa Giê-su đuổi hết mọi kẻ trộm khát vọng thuộc linh ra khỏi đời sống tôi, nhà tôi và Giáo Hội.

12 giờ trưa, tôi ra lệnh rằng bàn thờ cầu nguyện sẽ được thiết lập trong mọi hội thánh, mọi chức vụ và mọi gia đình được Chúa chỉ định.

3 giờ chiều: Mọi thế lực buôn bán làm bại hoại sự thờ phượng và xúc phạm những điều thánh thiêng, hãy bị phán xét bởi lửa của Đức Chúa Trời.

6 giờ chiều, Lạy Cha, xin hãy khôi phục lòng tôn kính, sự khiêm nhường và lòng kính sợ Chúa trong thánh đường của dân Ngài.

9 giờ tối: Hãy để phòng cầu nguyện, bục giảng và nhà cửa trở thành những cánh cửa vinh quang, nơi Chúa Kitô ngự trị và xác thịt bị chế ngự.

12 giờ đêm, tôi kêu gọi một thế hệ yêu mến sự hiện diện của Ngài hơn là sự thể hiện và giọng nói của Ngài hơn là tiếng vỗ tay.

3 giờ sáng, lạy Chúa, xin hãy biến Giáo Hội của Ngài thành nhà cầu nguyện cho muôn dân, và xin cho sự phục hưng bùng nổ từ bàn thờ.

Ngày thứ 4 - Những lời than phiền dai dẳng

Kinh Thánh: Rô-ma 8:26,34; Lu-ca 6:12

Rô-ma 8:26
Bản dịch Kinh Thánh New King James (NKJV)
" Cũng vậy, Đức Thánh Linh giúp đỡ chúng ta trong sự yếu đuối. Vì chúng ta không biết phải cầu nguyện điều gì cho đúng, nhưng chính Đức Thánh Linh cầu thay cho chúng ta bằng những tiếng rên rỉ không thể diễn tả được."

Thông điệp (MSG)
"Trong khi đó, ngay khi chúng ta mệt mỏi trong lúc chờ đợi, Thánh Linh của Chúa luôn ở bên cạnh giúp đỡ chúng ta. Nếu chúng ta không biết phải cầu nguyện như thế nào hay cầu nguyện điều gì, điều đó cũng không quan trọng. Ngài cầu nguyện thay cho chúng ta, biến những tiếng thở dài không lời, những tiếng rên rỉ đau đớn của chúng ta thành lời cầu nguyện."

Rô-ma 8:34
Bản dịch Kinh Thánh New King James (NKJV)
"Ai là người kết tội? Chính là Chúa Kitô, Đấng đã chết và sống lại, hiện đang ngự bên hữu Đức Chúa Trời và cầu thay cho chúng ta."

Thông điệp (MSG)
31-39 Vậy, bạn nghĩ sao? Với Đức Chúa Trời ở bên cạnh như thế này, làm sao chúng ta có thể thua? Nếu Đức Chúa Trời không ngần ngại đặt mọi thứ vào rủi ro vì chúng ta, chấp nhận hoàn cảnh của chúng ta và phơi bày chính mình trước

những điều tồi tệ nhất bằng cách sai Con trai duy nhất của Ngài đến, thì còn điều gì khác mà Ngài không vui lòng và tự nguyện làm cho chúng ta nữa? Và ai dám chống đối Đức Chúa Trời bằng cách làm hại một trong những người được Ngài chọn? Ai dám thậm chí chỉ trích? Đấng đã chết vì chúng ta—Đấng đã sống lại vì chúng ta!—đang ở trước mặt Đức Chúa Trời ngay lúc này để bênh vực chúng ta. Bạn có nghĩ rằng ai đó có thể chia rẽ chúng ta với tình yêu của Chúa Kitô dành cho chúng ta không? Không đời nào! Không phải khó khăn, không phải gian khổ, không phải hận thù, không phải đói khát, không phải vô gia cư, không phải những lời đe dọa bắt nạt, không phải đâm sau lưng, thậm chí cả những tội lỗi tồi tệ nhất được liệt kê trong Kinh Thánh:

Chúng giết chúng ta một cách tàn nhẫn vì chúng căm ghét các bạn.

Chúng ta chỉ là những con mồi dễ bị tấn công; chúng tiêu diệt chúng ta từng người một.

Tất cả những điều này không làm chúng ta nao núng vì Chúa Giê-su yêu thương chúng ta. Tôi hoàn toàn tin chắc rằng không gì—không gì sống hay chết, thiên thần hay ma quỷ, hôm nay hay ngày mai, cao hay thấp, có thể nghĩ đến hay không thể nghĩ đến—tuyệt đối *không gì* có thể ngăn cách chúng ta với tình yêu của Chúa vì cách mà Chúa Giê-su, Thầy của chúng ta, đã ôm lấy chúng ta.

6 giờ sáng, Chúa Thánh Thần, xin giúp đỡ những yếu đuối của con và dạy con cầu nguyện vượt qua những giới hạn của con người, sự mệt mỏi về cảm xúc và sự yếu đuối về tinh thần.

9 giờ sáng: Xin Chúa Kitô cầu thay và củng cố lời cầu xin của con cho đến khi lời cầu nguyện của con phù hợp với ý muốn của Chúa.

12 giờ trưa, tôi nhận được ân điển để tiếp tục cầu nguyện cho đến khi các giao dịch thiêng liêng được hoàn tất trong tâm linh.

3 giờ chiều: Mọi lời buộc tội của kẻ thù chống lại đời sống cầu nguyện của tôi đều bị hủy bỏ bởi sự cầu thay của Chúa Giê-su ở bên hữu Đức Chúa Trời.

6 giờ chiều, Lạy Chúa, xin biến tiếng thở dài, nước mắt và tiếng rên rỉ của con thành lời cầu thay hữu hiệu trước ngai vàng của Ngài.

9 giờ tối, tôi bác bỏ những lời cầu nguyện hời hợt; tôi bước vào chiều sâu của sự gian khổ, nơi các vương quốc thay đổi và những người bị giam cầm được giải thoát.

12 giờ đêm. Nguyện xin mọi cánh cổng khép kín, chống lại câu trả lời, bắt đầu mở ra khi Đức Thánh Linh cầu thay qua tôi.

3 giờ sáng, Cha ơi, xin dạy con những mầu nhiệm của lời cầu nguyện hiệu nghiệm cho đến khi con có thể gánh vác gánh nặng của Thiên Chúa bằng ngôn ngữ của Thiên Chúa.

Ngày 5 - Sự can đảm dưới áp lực

Kinh Thánh: Công vụ 4:29-30; 2 Tê-sa-lô-ni-ca 3:1-2

Công vụ 4:29–30
Bản dịch Kinh Thánh New King James (NKJV)
"Lạy Chúa, xin đoái thương những lời đe dọa của họ, và ban cho các tôi tớ Ngài sự can đảm để họ có thể rao giảng lời Ngài,
bằng cách giơ tay chữa lành, và để các dấu kỳ phép lạ được thực hiện nhờ danh của Tôi Tớ Thánh của Ngài là Chúa Giê-su."

Thông điệp (MSG)
Công vụ 4:29–31 (Bối cảnh để dễ hiểu hơn)
"Và giờ chúng lại làm thế nữa! Xin Chúa xử lý những lời đe dọa của chúng và ban cho các tôi tớ của Ngài sự tự tin không sợ hãi để rao giảng Sứ điệp của Ngài,
khi Ngài giang tay giúp đỡ chúng con bằng những phép chữa lành, phép lạ và kỳ công được thực hiện nhân danh tôi tớ thánh của Ngài là Chúa Giê-su."
Trong khi họ đang cầu nguyện, nơi họ nhóm họp rung chuyển dữ dội. Tất cả đều được tràn đầy Thánh Linh và tiếp tục rao giảng Lời Chúa với lòng tự tin không hề sợ hãi.

2 Tê-sa-lô-ni-ca 3:1-2
Bản dịch Kinh Thánh New King James (NKJV)
"Cuối cùng, thưa anh em, hãy cầu nguyện cho chúng tôi, để lời Chúa được lan truyền nhanh chóng và được tôn vinh, cũng như ở nơi anh em,
và để chúng tôi được giải thoát khỏi những người vô lý và gian ác; vì không phải tất cả mọi người đều có đức tin."

Thông điệp (MSG)

2 Tê-sa-lô-ni-ca 3:1–3 (Để dễ hiểu hơn)

"Thêm một điều nữa, các bạn thân mến: Hãy cầu nguyện cho chúng tôi. Hãy cầu nguyện để Lời Chúa được lan tỏa mạnh mẽ khắp đất nước và nhận được sự hưởng ứng nhiệt tình, giống như đã xảy ra giữa các bạn. Và hãy cầu nguyện để chúng tôi được giải cứu khỏi những kẻ gian ác đang tìm cách hãm hại chúng tôi. Không phải ai cũng có đủ khả năng để làm điều đó."

Nhưng Đức Chúa Trời không bao giờ bỏ rơi chúng ta. Ngài sẽ luôn bên cạnh và bảo vệ chúng ta khỏi điều ác."

6 giờ sáng, Lạy Chúa, xin hãy nhìn thấy những lời đe dọa của kẻ thù và ban cho các tôi tớ Ngài sự can đảm để nói, cầu nguyện và hành động mà không sợ hãi.

9 giờ sáng, tôi tuyên bố rằng sự hăm dọa sẽ không thể khiến tôi im lặng, và sự chống đối sẽ không thể làm suy yếu tôi.

12 giờ trưa: Hãy giang tay ra để chữa lành, giải cứu và xác nhận lời Ngài bằng những dấu hiệu tôn vinh Chúa Giê-su Ki-tô.

3 giờ chiều: Nguyện cho lời Chúa lan tỏa mạnh mẽ khắp các nhà thờ, thành phố và quốc gia chúng ta, phá tan mọi rào cản của Sa-tan.

6 giờ chiều Xin giải cứu dân Ngài khỏi những kẻ vô lý và độc ác, những kẻ chống lại lẽ thật, sự công chính và công lý.

9 giờ tối, tôi phá tan nỗi sợ hãi và ra lệnh cho lòng can đảm, sự sáng suốt và quyền năng tông đồ trỗi dậy trong Thân Thể Chúa Kitô.

12 giờ đêm: Mọi mưu đồ đen tối chống lại sự phát triển của vương quốc Chúa đều bị hơi thở của Đức Chúa Trời phá tan.

3 giờ sáng, Cha ơi, xin biến sự chống đối thành cơ hội để vinh hiển Ngài và khiến sự bắt bớ phục vụ cho việc truyền bá phúc âm.

Ngày 6 - Sự can thiệp của các thiên thần và sự giải thoát siêu nhiên

Kinh Thánh: Công vụ 12:5-9; Lu-ca 10:19

Công vụ 12:5-9
Bản dịch Kinh Thánh New King James (NKJV)
Vì vậy, Phê-rô bị giam trong tù, nhưng hội thánh không ngừng cầu nguyện cho ông trước mặt Đức Chúa Trời.
Và khi Hê-rốt sắp đem ông ra, đêm đó Phi-e-rơ đang ngủ, bị xiềng xích giữa hai người lính; và lính canh trước cửa đang giữ ngục.
Bấy giờ, một thiên sứ của Chúa hiện ra bên cạnh ông, và một ánh sáng chiếu rọi trong ngục; thiên sứ đánh vào sườn Phi-e-rơ và đỡ ông dậy, phán rằng: "Hãy mau đứng dậy!" Và xiềng xích rơi khỏi tay ông.
Rồi thiên sứ nói với ông: "Hãy thắt lưng và xỏ dép vào"; ông liền làm theo. Thiên sứ lại nói với ông: "Hãy mặc áo vào và theo ta."
Vậy là ông đi ra và đi theo thiên thần, không biết những gì thiên thần làm là có thật hay không, mà chỉ nghĩ mình đang nhìn thấy một ảo ảnh.

Thông điệp (MSG)
Công vụ các Tông đồ 12:5-11 (Bối cảnh để dễ hiểu hơn)
Suốt thời gian Phê-rô bị canh giữ nghiêm ngặt trong nhà tù, hội thánh đã cầu nguyện cho ông hết sức tha thiết.
Rồi đến lúc Hê-rốt đưa ông ra xét xử công khai. Đêm đó, mặc dù Phi-e-rơ bị xiềng xích vào hai người lính, mỗi người một bên, và có lính canh ở cửa để mắt đến nơi đó, Phi-e-rơ vẫn ngủ ngon như một đứa trẻ.

Đột nhiên có một thiên thần xuất hiện bên cạnh ông và ánh sáng tràn ngập căn phòng. Thiên thần lay Peter dậy và đỡ ông đứng lên. "Nhanh lên!" thiên thần nói.
Còng tay rơi khỏi cổ tay anh ta.
Thiên thần nói, "Hãy mặc quần áo vào. Hãy xỏ giày vào."
Peter đã làm được.
"Khoác áo khoác lên vai và đi theo tôi."
Peter đi theo, nhưng không tin đó thực sự là một thiên thần. Cậu nghĩ mình đang nhìn nhầm.

Lu-ca 10:19
Bản dịch Kinh Thánh New King James (NKJV)
"Này, ta ban cho các ngươi quyền giẫm đạp rắn và bọ cạp, và trên mọi quyền lực của kẻ thù, và không điều gì có thể làm hại các ngươi được."

Thông điệp (MSG)
Lu-ca 10:18–20 (Bối cảnh để dễ hiểu hơn)
Chúa Giê-su nói: "Ta biết. Ta đã thấy Sa-tan sa xuống như một tia chớp từ trên trời."
Bạn thấy những gì tôi đã ban cho bạn chưa? Sự an toàn khi bạn bước đi trên rắn và bọ cạp, và sự bảo vệ khỏi mọi cuộc tấn công của kẻ thù. Không gì có thể làm hại bạn.
Tuy nhiên, chiến thắng vĩ đại không nằm ở quyền năng của bạn trước cái ác, mà nằm ở quyền năng của Chúa trên bạn và sự hiện diện của Ngài cùng bạn. Không phải những gì bạn làm cho Chúa, mà là những gì Chúa làm cho bạn—đó mới là điều đáng để vui mừng."

6 giờ sáng, Lạy Chúa, khi lời cầu nguyện tha thiết được dâng lên cho Phê-rô, xin cho xiềng xích rơi khỏi mọi người bị giam cầm được chọn lựa cho mục đích của vương quốc.

9 giờ sáng, tôi tuyên bố sự giải thoát siêu nhiên cho những người bị giam cầm bởi nỗi sợ hãi, nghiện ngập, phù phép, sai lầm và áp bức tâm linh.

12 giờ trưa: Hãy để sự can thiệp của các thiên thần xuất hiện trong những tình huống mà sự giúp đỡ của con người đã thất bại và bóng tối tưởng chừng như đã chiến thắng.
3 giờ chiều: Mọi cánh cổng sắt cản trở sự tiến bộ thiêng liêng, hãy tự mở ra trước quyền năng của Chúa.

6 giờ chiều, tôi giẫm đạp lên rắn độc, bọ cạp và mọi quyền lực của kẻ thù; không gì có thể thắng nổi ý muốn của Đức Chúa Trời.

9 giờ tối, Lạy Cha, xin đánh thức những vận mệnh đang ngủ yên và dẫn dắt dân Ngài ra khỏi những ngục tù vô hình đến với tự do và sứ mệnh.

12 giờ đêm: Mọi xiềng xích được rèn trong bí mật nhằm chống lại tôi, gia đình tôi và Giáo Hội, hãy tan vỡ ngay bây giờ nhân danh Chúa Giê-su.

3 giờ sáng Hãy để những lời chứng về sự giải cứu kỳ diệu được lan rộng, và hãy để Giáo Hội một lần nữa biết đến chức vụ trợ giúp của các thiên thần.

Ngày 7 - Những người chờ đợi, những ngọn đèn đang cháy

Kinh Thánh: Lu-ca 2:25-38; Thi Thiên 37:7

Lu-ca 2:25–38
Bản dịch Kinh Thánh New King James (NKJV)
Và kìa, tại Giê-ru-sa-lem có một người tên là Si-mê-ôn, người này công chính và mộ đạo, đang chờ đợi sự an ủi của Y-sơ-ra-ên, và Đức Thánh Linh ngự trên ông.
Và Đức Thánh Linh đã mặc khải cho ông rằng ông sẽ không chết trước khi thấy Đấng Christ của Chúa.
Vậy là, nhờ Đức Thánh Linh, ông đến đền thờ. Khi cha mẹ đem Hài nhi Giê-su đến để làm lễ theo luật lệ, ông bế Hài nhi Giê-su lên và chúc tụng Đức Chúa Trời, rồi nói rằng: "Lạy Chúa, giờ đây Ngài cho phép tôi tớ Ngài ra đi bình an, theo lời Ngài đã phán; vì mắt tôi đã thấy sự cứu rỗi của Ngài, điều mà Ngài đã chuẩn bị trước mặt mọi dân tộc, một ánh sáng để tỏ bày cho dân ngoại, và là vinh quang của dân Ngài là Y-sơ-ra-ên."
Và Giuse cùng mẹ Ngài đều kinh ngạc về những điều người ta nói về Ngài.
Rồi Si-mê-ôn chúc phúc cho họ, và nói với Mẹ Maria rằng: "Này, Hài nhi này được định sẵn để làm cho nhiều người trong Y-sơ-ra-ên sa ngã và trỗi dậy, và là một dấu hiệu sẽ bị chống đối (phải, một thanh gươm sẽ đâm thấu cả tâm hồn mẹ nữa), để những tư tưởng trong lòng nhiều người được tỏ ra."
Bấy giờ có một người tên là Anna, một nữ tiên tri, con gái của Phanuel, thuộc chi phái Asher. Bà đã rất cao tuổi, và đã sống với chồng bảy năm kể từ khi còn trinh; người phụ nữ này là một góa phụ khoảng tám mươi tư tuổi, bà không bao

giờ rời khỏi đền thờ, nhưng phụng sự Đức Chúa Trời bằng việc ăn chay và cầu nguyện ngày đêm.
Và ngay khi đến nơi, bà tạ ơn Chúa, và kể về Ngài cho tất cả những người đang trông chờ sự cứu chuộc ở Giê-ru-sa-lem.

Thông điệp (MSG)
Luca 2:25–38 (Bản dịch theo ngữ cảnh để dễ hiểu hơn)
Vào thời đó ở Giê-ru-sa-lem có một người tên là Si-mê-ôn. Ông là một người tốt, một người cầu nguyện, đang chờ đợi sự giúp đỡ cho Y-sơ-ra-ên. Đức Thánh Linh ngự trên ông. Đức Thánh Linh đã cho ông thấy rằng ông sẽ được gặp Đấng Mê-si của Đức Chúa Trời trước khi chết. Được Đức Thánh Linh dẫn dắt, ông bước vào Đền thờ.
Khi cha mẹ đưa hài nhi Giê-su đến để làm các nghi lễ của Luật pháp, Si-mê-ôn đã bế hài nhi vào lòng và chúc tụng Thiên Chúa:
"Lạy Chúa, giờ đây Ngài có thể giải thoát tôi tớ Ngài; hãy giải thoát con trong bình an như Ngài đã hứa. Chính mắt con đã thấy sự cứu rỗi của Ngài: giờ đây nó đã được bày tỏ rõ ràng cho mọi người cùng thấy—một ánh sáng mặc khải về Đức Chúa Trời cho các dân tộc không phải người Do Thái, và là vinh quang cho dân tộc Israel của Ngài."
Cha mẹ của Chúa Giê-su đều sững sờ vì kinh ngạc trước những lời này.
Simeon tiếp tục chúc phúc cho họ, và nói với mẹ Maria: "Đứa trẻ này đánh dấu cả sự thất bại và sự phục hồi của nhiều người ở Israel, một nhân vật bị hiểu lầm và phản bác—nỗi đau như nhát gươm đâm xuyên qua người—nhưng sự từ chối sẽ buộc họ phải thành thật, khi Chúa tiết lộ con người thật của họ."
Anna, một nữ tiên tri, con gái của Phanuel thuộc chi tộc Asher, cũng có mặt ở đó. Bà lúc này đã rất già. Bà đã kết hôn được bảy năm rồi góa chồng được tám mươi bốn năm.

Bà ấy không bao giờ rời khỏi khu vực đền thờ, ngày đêm thờ phượng bằng cách ăn chay và cầu nguyện.
Đúng lúc Simeon đang cầu nguyện, bà xuất hiện, cất lên bài ca ngợi khen Chúa và kể về đứa trẻ cho tất cả những người đang háo hức chờ đợi sự giải phóng Jerusalem.

Thi Thiên 37:7
Bản dịch Kinh Thánh New King James (NKJV)
Hãy nương náu nơi Chúa và kiên nhẫn chờ đợi Ngài;
đừng lo lắng vì kẻ thịnh vượng theo cách riêng của mình, vì kẻ thực hiện những mưu đồ gian ác.

Thông điệp (MSG)
Thi Thánh vịnh 37:7–9 (Diễn biến theo ngữ cảnh)
Hãy tĩnh lặng trước mặt Chúa,
hãy cầu nguyện với Ngài.
Đừng bận tâm đến những người leo lên nấc thang quyền lực,
những người chen lấn để lên đỉnh.
Hãy kiềm chế cơn giận, dẹp bỏ sự phẫn nộ;
hãy bình tĩnh lại – điều đó chỉ làm mọi việc tồi tệ hơn mà thôi.
Chẳng bao lâu nữa bọn tội phạm sẽ phá sản;
những nhà đầu tư mộ đạo sẽ sớm sở hữu cửa hàng.

6 giờ sáng, Lạy Cha, xin cho con được giống như Si-mê-ôn và An-na, kiên định trong chờ đợi, trong sạch trong hy vọng và trung tín trong sự tận hiến.

9 giờ sáng, tôi bác bỏ sự hoài nghi bồn chồn; tôi đón nhận ân điển để chờ đợi Chúa mà không nản lòng, than phiền hay bỏ cuộc.

12 giờ trưa: Nguyện xin mọi lời hứa về đời sống con, gia đình con và Giáo Hội của Ngài được gìn giữ cho đến giờ ứng nghiệm.

3 giờ chiều, Lạy Chúa, xin nâng đỡ những người cầu thay đã chờ đợi lâu nay; xin cho mắt họ được nhìn thấy sự an ủi mà Ngài đã hứa.

6 giờ chiều, tôi ra lệnh rằng sự chậm trễ sẽ không gây ra nghi ngờ, và quá trình sẽ không làm gián đoạn lời tiên tri.

9 giờ tối. Hỡi mọi linh hồn đầu hàng sớm, hãy đánh mất nhiệm vụ của mình đối với các thánh đồ và đối với thế hệ này.

12 giờ đêm, Cha ơi, xin ban thưởng cho những người tìm kiếm ngày đêm bằng những cuộc gặp gỡ không thể chối cãi, lời hứa được hoàn thành và sự sáng tỏ về lời tiên tri.

3 giờ sáng: Hãy để sự cầu nguyện kiên nhẫn trưởng thành thành sự viếng thăm công khai, và hãy để những người mẹ đang chờ đợi mang đến mục đích thiêng liêng.

Ngày 8 - Sự sắp xếp tại Gethsemane

Kinh Thánh: Ma-thi-ơ 26:36-46; Ma-thi-ơ 6:10

Ma-thi-ơ 26:36-46
Phiên bản New King James
Lời cầu nguyện trong khu vườn
36 Rồi Đức Chúa Giê-su cùng họ đến một nơi gọi là Ghết-xê-
ma-ni, và nói với các môn đồ: "Hãy ngồi đây, còn Ta đi cầu
nguyện ở đằng kia." 37 Ngài dẫn theo Phi-e-rơ và hai con trai
của Xê-bê-đê, và Ngài bắt đầu buồn rầu và đau khổ khôn
xiết. 38 Rồi Ngài nói với họ: "Lòng Ta vô cùng buồn rầu, đến
nỗi muốn chết. Hãy ở lại đây và canh thức với Ta."
39 Ngài đi xa hơn một chút, sấp mặt xuống đất mà cầu
nguyện, rằng: "Lạy Cha, nếu có thể được, xin cho chén này
lìa khỏi con; nhưng không phải theo ý con, mà theo ý Cha . "
40 Rồi Ngài đến chỗ các môn đồ và thấy họ đang ngủ, Ngài
phán cùng Phi-e-rơ: "Sao các con không thể thức canh với
Ta một giờ? 41 Hãy tỉnh thức và cầu nguyện, kẻo các con sa
vào cám dỗ. Thần linh thì *sẵn* sàng, nhưng xác thịt *thì* yếu
đuối."
42 Lần thứ hai, Ngài đi ra và cầu nguyện, rằng: "Lạy Cha, [a]
nếu chén này không thể lìa khỏi con mà con không uống, thì
xin cho ý Cha được nên." 43 Rồi Ngài trở lại và thấy họ lại
ngủ, vì mắt họ nặng trĩu.
44 Vậy, Ngài bỏ họ lại, đi nơi khác và cầu nguyện lần thứ ba,
cũng như lời ấy. 45 Rồi Ngài đến với các môn đồ và nói với
họ: " *Các con* còn ngủ và nghỉ ngơi nữa sao? Này, giờ [b] đã
đến gần, Con Người sẽ bị nộp vào tay bọn tội nhân. 46 Hãy
đứng dậy, chúng ta đi thôi. Kìa, kẻ phản bội Ta đang ở gần."

Ma-thi-ơ 26:36-46
Thông điệp
36-38 Sau đó, Đức Chúa Giê-su cùng đi đến một khu vườn gọi
là Ghết-xê-ma-ni và bảo các môn đệ rằng: "Các con hãy ở lại
đây, còn ta thì đi sang bên kia cầu nguyện." Ngài dẫn theo
Phi-e-rơ và hai con trai của Xê-bê-đê, rồi rơi vào một nỗi
buồn đau khôn xiết. Sau đó, Ngài nói: "Nỗi buồn này đang
giày vò đời ta. Các con hãy ở lại đây và thức canh với ta."
39 Đi trước một chút, ông sấp mặt xuống đất mà cầu nguyện:
"Lạy Cha, nếu có cách nào, xin cứu con khỏi hoàn cảnh này.
Nhưng xin đừng làm theo ý con. Còn Cha, *Cha* muốn gì?"
40-41 Khi trở lại với các môn đồ, Ngài thấy họ đang ngủ say.
Ngài nói với Phi-e-rơ: "Các con không thể thức với Ta một
giờ sao? Hãy tỉnh thức; hãy cầu nguyện để các con không sa
vào cám dỗ mà không biết mình đang gặp nguy hiểm. Có
một phần trong các con thì sốt sắng, sẵn sàng làm bất cứ
điều gì cho Đức Chúa Trời. Nhưng cũng có một phần khác
lười biếng như con chó già ngủ bên đống lửa vậy."
42 Rồi ông lại rời khỏi họ lần thứ hai. Ông lại cầu nguyện:
"Lạy Cha, nếu không còn cách nào khác ngoài việc uống cạn
chén này, con cũng sẵn lòng. Xin hãy làm theo ý Cha."
43-44 Khi ông trở lại, ông lại thấy họ ngủ say. Họ đơn giản là
không thể mở mắt được. Lần này ông để họ ngủ tiếp, rồi
quay lại lần thứ ba để cầu nguyện, lần cuối cùng đi qua cùng
một khu vực.
45-46 Khi Ngài trở lại lần sau, Ngài nói: "Các ngươi định ngủ
nướng đến khuya sao? Thời gian của Ta đã hết rồi, Con
Người sắp bị nộp vào tay bọn tội nhân. Dậy đi! Chúng ta đi
thôi! Kẻ phản bội Ta đang ở đây."

Ma-thi-ơ 6:10
Phiên bản New King James

[10] Nước Cha đến.
Ý Cha được thực hiện dưới đất cũng như *trên* trời.

Ma-thi-ơ 6:10-13

Thông điệp

[7-13] "Thế giới này đầy rẫy những người tự xưng là chiến binh cầu nguyện nhưng lại thiếu hiểu biết về cầu nguyện. Họ đầy rẫy những công thức, chương trình và lời khuyên, rao bán các kỹ thuật để đạt được điều mình muốn từ Chúa. Đừng tin vào những điều vô nghĩa đó. Đây là Cha của bạn , và Ngài biết rõ hơn bạn điều bạn cần. Với một Đức Chúa Trời yêu thương bạn như vậy, bạn có thể cầu nguyện rất đơn giản. Như thế này:

Lạy Cha trên trời,
xin tỏ bày Cha là ai. Xin sửa đổi thế giới; Xin làm điều tốt nhất – như trên trời, như dưới đất. Xin cho chúng con được sống với ba bữa ăn đầy đủ. Xin giữ cho chúng con luôn được tha thứ bởi Cha và biết tha thứ cho người khác. Xin bảo vệ chúng con khỏi chính mình và ma quỷ. Cha là người nắm quyền! Cha có thể làm bất cứ điều gì Cha muốn! Vẻ đẹp của Cha rực rỡ! Vâng. Vâng. Vâng.

6 giờ sáng, Lạy Cha, không phải ý muốn của chúng con, mà là ý muốn của Cha được thực hiện trong chúng con, qua chúng con và qua Giáo Hội của Cha trong mùa chiến lược này.

9 giờ sáng: Hãy để mọi mưu đồ xác thịt chết đi tại bàn thờ cho đến khi lời khuyên của Chúa được tôn vinh tối cao.

12 giờ trưa, tôi nhận được sức mạnh để cầu nguyện trong nỗi buồn, áp lực và sự chống đối mà không từ bỏ sự vâng phục.

3 giờ chiều: Xin cho mọi chén khổ nạn nào không đến từ Chúa, xin cho nó qua đi; xin cho mọi nhiệm vụ Chúa giao phó, xin cho ân điển được ban cho để hoàn thành.

6 giờ chiều, Lạy Chúa, xin hãy hướng dẫn những ước muốn, quyết định và lời tuyên bố của chúng con theo khuôn mẫu của thiên đàng.

9 giờ tối, tôi dẹp tan mọi tiếng nói của xác thịt chống lại sự đầu phục, sự thánh thiện và sự vâng phục đầy hy sinh.

12 giờ đêm: Hãy để Giáo Hội bước ra khỏi vườn Ghết-xê-ma-ni với lòng thành kính vững chắc và quyết tâm không lay chuyển.

3 giờ sáng, Lạy Cha, xin ban cho con sự vâng phục cho đến khi lời cầu nguyện trở thành sự đồng thuận với mục đích đời đời của Ngài.

Ngày 9 - Mô-sê trong khe núi

Kinh thánh: Xuất Ê-díp-tô Ký 32:11-14; Xuất Ai-cập 32:30-33

Xuất Ê-díp-tô Ký 32:11-14
Phiên bản New King James
11 Bấy giờ Môi-se nài xin Đức Giê- hô - va, Đức Chúa Trời của
mình, mà rằng: "Lạy Chúa, sao cơn thịnh nộ của Ngài nổi
lên dữ dội đối với dân Ngài, là những người mà Ngài đã dẫn
ra khỏi xứ Ai Cập bằng quyền năng lớn lao và bàn tay hùng
mạnh? 12 Sao dân Ai Cập lại nói rằng: 'Ông ta dẫn họ ra để
làm hại họ, để giết họ trên núi và để tiêu diệt họ khỏi mặt
đất'? Xin Ngài nguôi cơn thịnh nộ dữ dội của Ngài, và
thương xót đừng làm hại dân Ngài. 13 Xin Ngài nhớ đến Áp-
ra-ham, I-sác và Y-sơ-ra-ên, là các tôi tớ của Ngài, là những
người mà Ngài đã thề bởi chính mình và phán với họ rằng:
'Ta sẽ làm cho dòng dõi các ngươi đông đúc như sao trên
trời; và tất cả đất mà Ta đã nói đến, Ta ban cho dòng dõi các
ngươi, và chúng sẽ thừa hưởng *đất ấy* đời đời.'" 14 Vậy nên,
Chúa nguôi giận và không giáng tai họa mà Ngài đã phán sẽ
giáng xuống dân Ngài.

Xuất Ê-díp-tô Ký 32:11-14
Thông điệp
11-13 Môi-se cố gắng xoa dịu Đức Chúa Trời. Ông nói: "Lạy
Đức Chúa Trời, sao Ngài lại nổi giận với dân Ngài? Tại sao
Ngài đã dẫn họ ra khỏi Ai Cập bằng một sự thể hiện quyền
năng và sức mạnh phi thường. Tại sao người Ai Cập lại nói
rằng: 'Ông ta có ý đồ với họ—ông ta dẫn họ ra để giết họ
trên núi, xóa sổ họ khỏi mặt đất.' Hãy nguôi giận đi. Hãy suy
nghĩ kỹ trước khi giáng tai họa xuống dân Ngài! Hãy nghĩ

đến Áp-ra-ham, I-sác và Y-sơ-ra-ên, những tôi tớ của Ngài, những người mà Ngài đã hứa, rằng: 'Ta sẽ ban cho các ngươi nhiều con cháu, nhiều như sao trên trời, và Ta sẽ ban đất này cho con cháu các ngươi làm đất đời đời.'"
14 Đức Chúa Trời đã suy nghĩ lại. Ngài quyết định không làm điều ác mà Ngài đã đe dọa đối với dân Ngài.

Xuất Ê-díp-tô Ký 32:30-33
Phiên bản New King James
30 Ngày hôm sau, Môi-se nói với dân chúng: "Các ngươi đã phạm tội trọng. Vậy nên bây giờ ta sẽ lên gặp Đức Giê-hô-va; có lẽ ta có thể chuộc tội cho các ngươi." 31 Môi-se trở lại cùng Đức Giê-hô-va và nói: "Ôi, dân này đã phạm tội trọng, và đã tự làm cho mình một thần bằng vàng! 32 Nhưng bây giờ, nếu Chúa tha tội cho họ—nhưng nếu không, con cầu xin Chúa hãy xóa tên con khỏi sách Chúa đã viết."
33 Đức Chúa Trời phán với Môi-se rằng: "Ai phạm tội nghịch cùng Ta, Ta sẽ xóa tên người ấy khỏi sổ sách của Ta.

Xuất Ê-díp-tô Ký 32:30-34
Thông điệp
30 Ngày hôm sau, Môi-se nói với dân chúng: "Các ngươi đã phạm tội rất nặng! Nhưng ta sẽ lên gặp Đức Chúa Trời; có lẽ ta sẽ có thể tha tội cho các ngươi."
31-32 Môi-se trở lại cùng Đức Chúa Trời và nói: "Thật là khủng khiếp! Dân này đã phạm tội—tội lỗi vô cùng lớn! Chúng đã tự làm tượng thần bằng vàng cho mình. Và bây giờ, nếu Chúa chịu tha tội cho chúng . . . . Nhưng nếu không, hãy xóa tên tôi khỏi cuốn sách mà bạn đã viết."
33-34 Đức Chúa Trời phán với Môi-se: "Ta chỉ xóa khỏi sổ sách của Ta những kẻ phạm tội nghịch cùng Ta. Bây giờ, ngươi hãy đi và dẫn dân đến nơi Ta đã bảo ngươi. Này, Thiên sứ của Ta đang đi trước ngươi. Nhưng đến ngày Ta

phán xét, tội lỗi của chúng chắc chắn sẽ nằm trong sự phán xét đó."

6 giờ sáng, Lạy Chúa, xin dạy con cầu thay dựa trên giao ước của Ngài, danh Ngài và ý định cứu chuộc của Ngài .

9 giờ sáng, tôi đứng ra cầu thay cho gia đình, thành phố và Giáo hội, van xin lòng thương xót nơi đáng phải chịu phán xét.

12 giờ trưa: Hãy để lòng thương xót xoa dịu cơn thịnh nộ và để sự ăn năn hối cải mở ra cánh cửa phục hồi cho đất nước chúng ta.

3 giờ chiều , Cha ơi, xin hãy nhớ đến những lời hứa của Ngài và để giao ước chiến thắng sự tàn phá ở những nơi được đánh dấu để phục hồi bởi Chúa.

6 giờ chiều, con đồng cảm với những người trước mặt Ngài; con từ bỏ lối sống tâm linh ích kỷ và đón nhận gánh nặng chung.

9 giờ tối: Mọi lời buộc tội cho rằng một dân tộc đã quá sa ngã không thể phục hồi, hãy bị dập tắt bởi lòng thương xót của Chúa.

12 giờ đêm, Lạy Chúa, xin gìn giữ lời chứng của Ngài giữa các dân tộc và xin cho những hành động vĩ đại của Ngài một lần nữa bày tỏ lòng trung tín của Ngài.

3 giờ sáng: Hãy dấy lên trong giờ này những người cầu thay, những người có thể khẩn cầu, kiên trì và thắng thế cho đến khi toàn bộ cộng đồng được cứu rỗi.

Ngày thứ 10 - Sự hiện diện, ân huệ và sự khác biệt

Kinh Thánh: Xuất Ê-díp-tô Ký 33:13-16; Hê-bơ-rơ 4:14-16

Xuất Ê-díp-tô Ký 33:13-16
Phiên bản New King James
13 Vậy nên, nếu con đã được ơn trước mặt Chúa, xin Chúa
chỉ cho con đường của Ngài, để con nhận biết Chúa và
được ơn trước mặt Chúa. Và xin Chúa hãy nhớ rằng dân tộc
này *là* dân của Chúa."
14 Và Ngài phán: "Sự hiện diện của Ta sẽ ở *cùng các ngươi,* và
Ta sẽ cho các ngươi được yên nghỉ."
15 Rồi ông thưa với Đức Chúa Trời rằng: "Nếu Đức Chúa
Trời không ở *cùng chúng con,* thì xin đừng đem chúng con lên
khỏi đây. 16 Vì nếu Đức Chúa Trời không ở cùng chúng con,
thì làm sao người ta biết dân Ngài và con được ơn trước mặt
Ngài? Vậy nên , dân Ngài và con sẽ tách biệt khỏi mọi người
trên mặt đất."

Xuất Ê-díp-tô Ký 33:13-16
Thông điệp
12-13 Môi-se thưa với Đức Chúa Trời rằng: "Này, Ngài bảo
con: 'Hãy dẫn dắt dân này,' nhưng Ngài không cho con biết
Ngài sẽ sai ai đi cùng con. Ngài bảo con: 'Ta biết con rõ và
con rất đặc biệt với Ta.' Nếu con đặc biệt với Ngài như vậy,
xin hãy cho con biết kế hoạch của Ngài. Như thế, con sẽ
tiếp tục là người đặc biệt đối với Ngài. Xin đừng quên, đây
là dân *của Ngài* , là trách nhiệm của Ngài."
14 Đức Chúa Trời phán: "Ta sẽ ở cùng các ngươi. Ta sẽ thấy
các ngươi trên đường đi đến cuối cùng."

[15-16] Môi-se nói: "Nếu sự hiện diện của các ngươi không dẫn đầu ở đây, thì hãy hủy chuyến đi này ngay lập tức. Nếu không thì làm sao người ta biết rằng các ngươi đang ở cùng ta trong việc này, cùng ta và dân các ngươi? Các ngươi có đang đi cùng chúng ta hay không? Nếu không thì làm sao chúng ta biết rằng chúng ta , ta và dân các ngươi, là đặc biệt giữa tất cả những người khác trên hành tinh này?"

Hê-bơ-rơ 4:14-16
Phiên bản New King James
Vị Thượng Tế Nhân Từ của Chúng Ta
[14] Vậy, vì chúng ta có một Thượng Tế vĩ đại, là Đức Chúa Giê-su, Con Đức Chúa Trời, đã vượt qua các tầng trời, chúng ta hãy giữ vững lời tuyên xưng *của mình* . [15] Vì chúng ta không có một Thượng Tế không thể thông cảm với những yếu đuối của chúng ta, nhưng Ngài đã bị cám dỗ trong mọi *điều* như *chúng ta. nhưng* không phạm tội. [16] Vậy chúng ta hãy mạnh dạn đến gần ngai ân điển, để được thương xót và tìm được ân điển giúp đỡ trong lúc cần thiết.

Hê-bơ-rơ 4:14-16
Thông điệp
Vị Đại Tư Tế kêu lên trong đau đớn
[14-16] Giờ đây, khi chúng ta biết mình đang có gì—Chúa Giê-su, vị Thượng tế vĩ đại có thể dễ dàng tiếp cận Đức Chúa Trời—chúng ta đừng để điều đó tuột khỏi tay mình. Chúng ta không có một vị linh mục nào xa rời thực tại của chúng ta. Ngài đã trải qua sự yếu đuối và thử thách, đã trải nghiệm tất cả—ngoại trừ tội lỗi. Vì vậy, chúng ta hãy đến gần Ngài và nhận lấy những gì Ngài sẵn lòng ban cho. Hãy đón nhận lòng thương xót, hãy chấp nhận sự giúp đỡ.

6 giờ sáng Lạy Cha, nếu sự hiện diện của Ngài không ở cùng chúng con, xin đừng để chúng con đi đâu; xin hãy đánh dấu chúng con bằng sự gần gũi của Ngài chứ không phải bằng sức mạnh con người.

9 giờ sáng, tôi cầu xin lòng thương xót và ân điển để giúp đỡ bản thân, Giáo hội và các quốc gia trong giờ phút khó khăn này.

12 giờ trưa: Nguyện xin sự hiện diện thiêng liêng phân biệt dân Ngài với mọi hệ thống giả mạo và tôn giáo bất lực.

3 giờ chiều: Mọi sự thay thế cho sự hiện diện của Chúa trong chức vụ và đời sống cá nhân, đều phải bị vạch trần và loại bỏ.

6 giờ chiều, Lạy Chúa, xin chỉ cho chúng con đường lối của Ngài để chúng con có thể nhận biết Ngài và sống đẹp lòng Ngài.

9 giờ tối, tôi tuyên bố rằng sự hiệp thông với Chúa sẽ trở thành sức mạnh, vẻ đẹp và sự bảo vệ của những người còn sót lại.

12 giờ đêm. Nguyện cho bầu không khí trong nhà cửa, nhà thờ và các vùng lãnh thổ thay đổi vì sự hiện diện của Ngài đã ngự tại đó.

3 giờ sáng Lạy Cha, xin cho chúng con trở thành những người mang sự hiện diện thánh thiện để xua tan bóng tối và thiết lập sự phân biệt công chính.

Ngày 11 - Núi Nhà thờ: Sự thanh khiết và ngọn lửa

Kinh Thánh: 2 Sử ký 7:13-16; Ê-phê-sô 6:10-18

2 Sử ký 7:13-16
Phiên bản New King James
13 Khi Ta đóng cửa trời lại và không có mưa, hoặc khi Ta ra
lệnh cho châu chấu tàn phá đất đai, hoặc khi Ta giáng tai họa
dịch bệnh giữa dân Ta, 14 nếu dân Ta, là những người được
gọi bằng danh Ta, hạ mình xuống, cầu nguyện, tìm kiếm mặt
Ta, và từ bỏ những đường lối gian ác của mình, thì Ta sẽ
nghe từ trời, tha thứ tội lỗi của họ và chữa lành đất nước
của họ. 15 Bây giờ mắt Ta sẽ mở và tai Ta sẽ lắng nghe lời
cầu nguyện *dâng lên* tại nơi này. 16 Vì bây giờ Ta đã chọn và [a]
thánh hóa ngôi nhà này, để danh Ta được ở đó mãi mãi; và [b]
mắt Ta và [c] lòng Ta sẽ ở đó mãi mãi.

Ê-phê-sô 6:10-18
Phiên bản New King James
Toàn bộ áo giáp của Đức Chúa Trời
10 Cuối cùng, hỡi anh em, hãy mạnh mẽ trong Chúa và trong
sức mạnh của Ngài. 11 Hãy mặc lấy toàn bộ áo giáp của Đức
Chúa Trời, để anh em có thể đứng vững chống lại [a] mưu
kế của ma quỷ. 12 Vì chúng ta không chiến đấu chống lại xác
thịt và huyết, nhưng chống lại các quyền lực, chống lại các
thế lực, chống lại những kẻ cai trị [b] bóng tối của thời đại
này, chống lại *các thế lực* tà ác trong cõi trời . 13 Vậy nên, hãy
mặc lấy toàn bộ áo giáp của Đức Chúa Trời, để các ngươi có
thể chống cự trong ngày gian ác, và sau khi đã làm xong mọi
việc, hãy đứng vững.

14 Vậy, hãy đứng vững, thắt lưng bằng lẽ thật, mặc áo giáp
công chính, 15 và mang giày chuẩn bị cho Tin Mừng bình an;
16 trên hết, hãy cầm khiên đức tin, nhờ đó mà anh em có thể
dập tắt mọi mũi tên lửa của kẻ ác. 17 Hãy đội mũ bảo hiểm
của sự cứu rỗi, và cầm gươm của Đức Thánh Linh, tức là
lời Đức Chúa Trời; 18 hãy luôn cầu nguyện với tất cả lòng
thành kính và nài xin trong Đức Thánh Linh, tỉnh thức để
đạt được mục đích này với tất cả sự kiên trì và nài xin cho
tất cả các thánh đồ—

2 Sử ký 7:13-18
Thông điệp
12-18 Đêm đó, Đức Chúa Trời hiện ra với Sa-lô-môn và phán rằng: "Ta chấp nhận lời cầu nguyện của ngươi; phải, Ta đã chọn nơi này làm đền thờ tế lễ, làm nhà thờ phượng. Nếu Ta có bao giờ ngừng cho mưa rơi xuống, hoặc ra lệnh cho châu chấu ăn hết mùa màng, hoặc giáng tai họa xuống dân Ta, và dân Ta, dân được Đức Chúa Trời định đoạt, đáp lại bằng cách hạ mình, cầu nguyện, tìm kiếm sự hiện diện của Ta, và từ bỏ đời sống gian ác của họ, thì Ta sẽ ở đó sẵn sàng đón ngươi: Ta sẽ lắng nghe từ trời, tha thứ tội lỗi của họ, và phục hồi đất đai của họ. Từ nay trở đi, Ta luôn luôn chú ý ngày đêm đến những lời cầu nguyện dâng lên tại nơi này. Hãy tin Ta, Ta đã chọn và thánh hóa Đền thờ mà ngươi đã xây dựng: Danh Ta được đóng dấu trên đó mãi mãi; mắt Ta luôn dõi theo nó và lòng Ta luôn ở trong đó. Còn ngươi, nếu ngươi sống trong sự hiện diện của Ta như cha ngươi là Đa-vít đã sống, trong sạch trong lòng và hành động, sống đời sống Ta đã định sẵn cho ngươi, chăm chú vâng phục sự hướng dẫn và phán xét của Ta, thì Ta sẽ ủng hộ sự cai trị của ngươi trên Y-sơ-ra-ên—làm cho nó vững chắc." Điều này dựa trên một nền tảng vững chắc. Lời giao ước bảo đảm mà ta đã ban cho Đa-vít, cha ngươi, ta cũng ban cho

ngươi, nghĩa là: 'Ngươi có thể tin chắc rằng sẽ luôn có một hậu duệ ngồi trên ngai vàng của Israel.'

Ê-phê-sô 6:10-18

Thông điệp

Một cuộc chiến đến cùng

10-12 Và đó là tất cả. Chúa rất quyền năng, và Ngài muốn bạn cũng mạnh mẽ. Vì vậy, hãy nắm lấy mọi thứ mà Chúa đã dành cho bạn, những vũ khí được chế tạo tốt nhất từ những vật liệu tốt nhất. Và hãy sử dụng chúng để bạn có thể chống lại mọi thứ mà ma quỷ ném vào bạn. Đây không phải là một cuộc chiến cuối tuần mà chúng ta sẽ bỏ đi và quên đi sau vài giờ. Đây là một cuộc chiến trường kỳ, một trận chiến sinh tử đến cùng chống lại ma quỷ và tất cả các thiên thần của nó.

13-18 Hãy chuẩn bị sẵn sàng. Bạn đang phải đối mặt với nhiều thử thách hơn khả năng tự mình vượt qua. Hãy đón nhận mọi sự giúp đỡ có thể, mọi vũ khí mà Chúa đã ban cho, để khi mọi chuyện kết thúc, bạn vẫn đứng vững. Chân lý, sự công chính, bình an, đức tin và sự cứu rỗi không chỉ là những lời nói suông. Hãy học cách áp dụng chúng. Bạn sẽ cần đến chúng suốt cuộc đời. Lời Chúa là một vũ khí *không thể thiếu* . Tương tự như vậy, cầu nguyện là điều thiết yếu trong cuộc chiến không ngừng nghỉ này. Hãy cầu nguyện tha thiết và lâu dài. Hãy cầu nguyện cho anh chị em mình. Hãy luôn cảnh giác. Hãy khích lệ tinh thần lẫn nhau để không ai bị tụt lại phía sau hay bỏ cuộc.

6 giờ sáng , lạy Chúa, xin hãy hạ mình Giáo Hội của Ngài, kêu gọi chúng con trở lại cầu nguyện, và chữa lành đất nước khi chúng con ăn năn và trở về.

9 giờ sáng, tôi mặc lấy toàn bộ áo giáp của Đức Chúa Trời và từ chối chiến đấu trong các trận chiến thuộc linh bằng vũ khí xác thịt.

12 giờ trưa: Hãy để mọi sự ô uế trong chức tư tế được thanh tẩy bằng lửa thánh và bằng lòng kính sợ Chúa.

3 giờ chiều: Mọi cánh cổng địa ngục chống lại núi Giáo Hội , hãy bị đánh đổ bởi quyền năng của Chúa Giê-su Ki-tô.

6 giờ chiều, Lạy Cha, xin hãy khôi phục kỷ luật, giáo lý, sự thánh thiện và quyền năng trong nhà Ngài.

9 giờ tối: Hãy để mọi người canh gác đang ngủ thức tỉnh và mọi bàn thờ bị ô uế đều được thanh tẩy.

12 giờ đêm, tôi ra lệnh rằng các nhà thờ sẽ trở thành trung tâm giải thoát, đào tạo môn đồ, chữa lành và chuyển đổi quốc gia.

3 giờ sáng, lạy Chúa, xin cho một Giáo Hội cầu nguyện, thanh khiết và chiến đấu trỗi dậy và làm xáo trộn vương quốc bóng tối.

Ngày 12 - Núi Giáo Hội: Quyền uy Tông đồ

Kinh Thánh: Công vụ 4:29-30; Ê-phê-sô 6:19-20

Công vụ 4:29-30
Thông điệp
29-30 "Và giờ chúng lại làm thế nữa! Xin Chúa xử lý những lời đe dọa của chúng và ban cho các tôi tớ của Ngài sự tự tin không sợ hãi để rao giảng Sứ điệp của Ngài, khi Ngài giang tay giúp đỡ chúng con bằng những phép chữa lành, phép lạ và kỳ công được thực hiện nhân danh tôi tớ thánh của Ngài là Chúa Giê-su."

Ê-phê-sô 6:19-20
Thông điệp
19-20 Và đừng quên cầu nguyện cho tôi. Hãy cầu nguyện để tôi biết phải nói gì và có đủ can đảm để nói ra vào đúng thời điểm, tiết lộ điều mầu nhiệm cho tất cả mọi người, Sứ điệp mà tôi, một người truyền đạo đang ngồi tù, có trách nhiệm phải truyền bá.

Công vụ 4:29-30
Phiên bản New King James
29 Lạy Chúa, xin đoái xem những lời đe dọa của họ, và ban cho các tôi tớ Ngài sự mạnh dạn để rao giảng lời Ngài, 30
bằng cách giơ tay Ngài ra chữa lành, và để các dấu kỳ phép lạ được thực hiện nhờ danh của Tôi Tớ Thánh của Ngài là Chúa Giê-su."

Ê-phê-sô 6:19-20
Phiên bản New King James

[19] và cầu xin Chúa ban cho tôi lời nói, để tôi có thể mạnh dạn mở miệng rao truyền mầu nhiệm Tin Mừng, [20] vì cớ đó tôi là sứ giả bị xiềng xích; để tôi có thể mạnh dạn nói về mầu nhiệm ấy, như tôi phải nói.

6 giờ sáng Lạy Cha, xin ban cho Giáo Hội của Ngài sự can đảm để công khai, chính xác và không chút e ngại rao giảng về Chúa Kitô.

9 giờ sáng. Nguyện xin Chúa ban lời cầu nguyện cho các sứ đồ, các tiên tri, các nhà truyền giáo, các mục sư, các giáo viên và những người cầu thay trong giờ này.

12 giờ trưa, tôi phá vỡ tinh thần xấu hổ, rụt rè và thỏa hiệp làm suy yếu việc làm chứng cho vương quốc của Chúa.

3 giờ chiều, Lạy Chúa, xin hãy hỗ trợ việc rao giảng Tin Mừng bằng những dấu kỳ, phép lạ, sự thuyết phục và những cuộc gặp gỡ biến đổi cuộc đời.

6 giờ chiều: Mọi lệnh cấm vận đối với phong trào tông đồ, xin Chúa hãy dỡ bỏ.

9 giờ tối, tôi tuyên bố rằng Giáo hội sẽ không lùi bước trước áp lực mà sẽ tiến lên với sự khôn ngoan và quyền năng.

12 giờ đêm. Nguyện xin sự can đảm thánh thiện đến với các tín hữu trẻ, các trưởng lão và các nhà lãnh đạo.

3 giờ sáng, Lạy Cha, xin hãy dấy lên một Giáo Hội lập pháp bằng lời cầu nguyện và thi hành ý muốn của Ngài trên đất.

Ngày 13 - Núi Gia Đình: Hàn Gắn Vết Thương

Kinh thánh: Ma-la-chi 4:5-6; Xuất Ai Cập 20:12

Ma-la-chi 4:5-6
Phiên bản New King James
5 Này, trước khi ngày lớn và khủng khiếp của Chúa đến,
ta sẽ sai tiên tri Ê-li đến với các ngươi .
6 Người sẽ làm cho
lòng cha hướng về con cái, và lòng con cái hướng về cha, để
ta khỏi giáng tai họa xuống đất.

Xuất Ê-díp-tô Ký 20:12
Phiên bản New King James
12 "Hãy hi honoring cha mẹ ngươi, hầu cho ngươi được sống lâu trên đất mà Chúa, Đức Chúa Trời ngươi, ban cho ngươi.

Ma-la-chi 4:5-6
Thông điệp
5-6 "Nhưng hãy nhìn về phía trước: Ta sai tiên tri Ê-li đến để dọn đường cho Ngày Lớn của Đức Chúa Trời—Ngày Phán Xét quyết định! Ông sẽ thuyết phục cha mẹ chăm sóc con cái và con cái kính trọng cha mẹ. Nếu họ không làm vậy, Ta sẽ đến và giáng tai họa xuống đất này."

Xuất Ê-díp-tô Ký 20:12
Thông điệp
12 Hãy hi honoring cha mẹ ngươi, hầu cho ngươi được sống lâu trên đất mà Đức Chúa Trời, Đức Chúa Trời của ngươi, ban cho ngươi.

6 giờ sáng, lạy Chúa Cha, xin hãy hướng lòng cha con về với con cái và con cái về với cha, và hàn gắn những rạn nứt gia đình do di truyền.

9 giờ sáng, tôi phá vỡ những khuôn mẫu của sự cay đắng, bỏ rơi, ngược đãi và hiểu lầm kinh niên đang diễn ra trong các gia đình.

12 giờ trưa: Nguyện xin huyết của Chúa Giê-su mang lại bình an cho hôn nhân, anh chị em, cha mẹ và con cái.

3 giờ chiều: Mọi bàn thờ thế hệ nào đang dung túng cho sự nổi loạn, trì hoãn, cằn cỗi và hỗn loạn, hãy bùng cháy ngay bây giờ.

6 giờ chiều, lạy Chúa, xin hãy khôi phục lại sự tôn trọng, lòng dịu dàng, kỷ luật, sự thật và sự phục tùng lẫn nhau trong các gia đình Cơ Đốc.

9 giờ tối, tôi tuyên bố rằng gia đình sẽ trở thành nơi rèn luyện lòng chính trực và ươm mầm vận mệnh.

12 giờ đêm: Hãy để những người con hoang đàng trở về, hãy để những thành viên bị tổn thương được chữa lành, và hãy để sự hòa giải chiến thắng sự xa cách.

3 giờ sáng, Cha ơi, hãy bảo vệ ngọn núi gia đình vì vinh quang của Ngài và đánh đổ mọi âm mưu chống lại những gia đình giao ước.

Ngày 14 - Núi Gia Đình: Trẻ em và Hạt giống Giao ước

Kinh Thánh: Ê-sai 54:13; Thi Thiên 127:3-5; Ê-phê-sô 6:1

Ê-sai 54:13
Phiên bản New King James
13 Tất cả con cái các ngươi *sẽ được* Chúa dạy dỗ,
và con cái các ngươi *sẽ được* bình an lớn lao.

Thi Thiên 127:3-5
Phiên bản New King James
3 Này, con cái *là* cơ nghiệp từ Chúa,
hoa trái của lòng mẹ *là* phần thưởng.
4 Như mũi tên trong tay người chiến binh,
con cái của tuổi trẻ cũng vậy.
5 Phước thay người *nào* có nhiều con cái;
người ấy sẽ không hổ thẹn, nhưng sẽ nói chuyện với kẻ thù của mình ở cổng thành.

Ê-phê-sô 6:1
Phiên bản New King James
Trẻ em và cha mẹ
6 Hỡi các con, hãy vâng phục cha mẹ trong Chúa, vì điều đó là phải.

Ê-sai 54:13-17
Thông điệp
11-17 "Hỡi thành phố bị hoạn nạn, bị bão táp tàn phá, không ai thương xót:
Ta sắp xây dựng lại ngươi bằng đá ngọc lam, đặt nền móng bằng ngọc bích, xây tháp bằng hồng ngọc, cổng bằng châu báu, và tất cả tường thành bằng đá quý. Tất cả con cái ngươi

sẽ có Đức Chúa Trời làm thầy dạy—
một người hướng dẫn tuyệt vời cho con cái ngươi!
Ngươi sẽ được xây dựng vững chắc, dựa trên sự công chính, xa khỏi mọi phiền hà—không có gì phải sợ hãi! xa khỏi sự kinh hoàng—nó thậm chí sẽ không đến gần! Nếu ai tấn công ngươi, đừng tưởng rằng Ta đã sai họ đến, và nếu có ai tấn công, cũng sẽ chẳng có kết quả gì. Ta tạo ra người thợ rèn đốt lò rèn của mình và chế tạo vũ khí được thiết kế để giết người. Ta cũng tạo ra kẻ hủy diệt— nhưng chưa từng có vũ khí nào có thể làm hại ngươi được rèn ra. Bất kỳ kẻ tố cáo nào đưa ngươi ra tòa sẽ bị bác bỏ là kẻ nói dối. Đây là điều mà các tôi tớ của Đức Chúa Trời có thể mong đợi. Ta sẽ lo liệu để mọi việc diễn ra tốt đẹp nhất." (Lời phán xét của Đức Chúa Trời)

Thi Thiên 127:3-5
Thông điệp
3-5 Chẳng lẽ các con không thấy rằng con cái là món quà tuyệt vời nhất của Chúa sao?
Là hoa trái của lòng mẹ, là di sản hào phóng của Ngài? Con cái của người trẻ tuổi mạnh mẽ giống như nắm đấm đầy tên của chiến binh. Ôi, các bậc cha mẹ thật may mắn biết bao, khi gia đình mình đầy ắp con cái! Kẻ thù của các con không có cơ hội nào chống lại các con; các con sẽ quét sạch chúng ngay trước cửa nhà mình.

Ê-phê-sô 6:1-3
Thông điệp
6 **1-3** Hỡi các con, hãy làm theo lời cha mẹ dặn dò. Điều đó là lẽ phải. "Hãy hi honoring cha mẹ" là điều răn thứ nhất có kèm theo lời hứa, đó là: "để các con được sống tốt và sống lâu".

6 giờ sáng, lạy Chúa, xin dạy dỗ con cái chúng con bằng Thánh Linh của Ngài và ban bình an lớn lao cho cuộc đời chúng.

9 giờ sáng, tôi che chở trẻ em, thanh thiếu niên và người trẻ tuổi bằng sự bảo vệ thiêng liêng chống lại sự tham nhũng, bạo lực và cám dỗ.

12 giờ trưa: Mọi tuyên bố của Sa-tan về hạt giống giao ước, hãy bị hủy bỏ bởi huyết của Chúa Giê-su.

3 giờ chiều Hãy để trẻ em trỗi dậy như những mũi tên trong tay Đấng Toàn Năng, được nhắm chính xác cho mục đích của vương quốc.

6 giờ chiều, Cha ơi, hãy giúp thế hệ này thoát khỏi nghiện ngập, sự rối loạn nhận thức bản thân, sự tò mò về huyền bí và sự ràng buộc của bạn bè.

9 giờ tối, tôi tuyên bố rằng các con trai và con gái của chúng ta sẽ mang trong mình sự khôn ngoan, trong sạch, lòng can đảm và sự sáng suốt trong việc tiên tri.

12 giờ đêm: Hãy để trường học, gia đình và nhà thờ trở thành những nơi mà giới trẻ được gặp gỡ Chúa một cách sâu sắc.

3 giờ sáng, lạy Chúa, xin gìn giữ thế hệ kế tiếp khỏi sự hủy diệt và biến họ thành những dấu kỳ phép lạ cho vương quốc của Ngài.

Ngày 15 - Núi Chính phủ: Sự cai trị chính trực

Kinh Thánh: Ê-sai 9:6-7; 1 Ti-mô-thê 2:1-2

Ê-sai 9:6-7
Phiên bản New King James
6 Vì một Con trẻ đã sinh ra cho chúng ta,
một Con trai đã được ban cho chúng ta; quyền cai trị sẽ đặt trên vai Ngài. Danh Ngài sẽ được gọi là Đấng Kỳ Diệu, Đấng Cố Vấn, Đức Chúa Trời Toàn Năng, Cha Đời Đời, Hoàng Tử Bình An.
7 Sự gia tăng quyền cai trị và bình an
của Ngài sẽ không có hồi kết,
trên ngai vàng của Đa-vít và trên vương quốc của Ngài, để cai quản và thiết lập nó bằng sự phán xét và công chính, từ đó trở đi, cho đến mãi mãi. Lòng nhiệt thành của Chúa các đạo binh sẽ thực hiện điều này.

1 Ti-mô-thê 2:1-2
Phiên bản New King James
Hãy cầu nguyện cho tất cả mọi người.
2 Vì vậy, trước hết tôi khuyên anh em hãy cầu xin, cầu nguyện, khẩn cầu *và* tạ ơn cho mọi người, **2 cho** các vua và tất cả những người có quyền thế, để chúng ta được sống một đời sống yên tĩnh và hòa bình trong mọi sự tin kính và tôn trọng.

Ê-sai 9:6-7
Thông điệp
2-7 Những người bước đi trong bóng tối
đã thấy ánh sáng lớn. Đối với những người sống trong vùng đất tối tăm sâu thẳm— ánh sáng! Ánh sáng rực rỡ!

Ngài đã tái thiết dân tộc,
Ngài đã mở rộng niềm vui của họ. Ôi, họ thật vui mừng khi có Ngài ở bên! Niềm vui lễ hội! Niềm vui của một lễ kỷ niệm lớn, chia sẻ những món quà quý giá và lời chào đón nồng ấm. Sự lạm dụng của những kẻ áp bức và sự tàn ác của những bạo chúa— tất cả roi vọt, gậy gộc và lời nguyền rủa của chúng—đã biến mất, bị xóa bỏ, một sự giải thoát bất ngờ và đột ngột như chiến thắng xưa của Gideon trước Midian. Những đôi ủng của tất cả những binh lính xâm lược đó, cùng với những chiếc áo sơ mi thấm đẫm máu vô tội, sẽ được chất thành đống và đốt cháy, một ngọn lửa sẽ cháy trong nhiều ngày! Vì một đứa trẻ đã được sinh ra—cho chúng ta! Món quà là một người con trai—dành cho chúng ta! Ngài sẽ tiếp quản việc điều hành thế giới. Danh xưng của Ngài sẽ là: Đấng Cố Vấn Kỳ Diệu, Đức Chúa Trời Toàn Năng, Cha Vĩnh Hằng, Hoàng Tử của Sự Trọn Vẹn. Quyền cai trị của Ngài sẽ ngày càng lớn mạnh, và sự trọn vẹn mà Ngài mang đến sẽ không có giới hạn. Ngài sẽ trị vì từ ngai vàng lịch sử của Đa-vít trên vương quốc đã được hứa. Ngài sẽ đặt nền móng vững chắc cho vương quốc đó và duy trì nó bằng sự công bằng và lối sống ngay thẳng, bắt đầu từ bây giờ và kéo dài mãi mãi. Lòng nhiệt thành của Đức Chúa Trời của các đạo binh thiên thần sẽ thực hiện tất cả điều này.

1 Ti-mô-thê 2:1-3
Thông điệp
Đức tin giản dị và chân lý chân thực
2 [1-3] Điều đầu tiên tôi muốn anh em làm là cầu nguyện. Hãy cầu nguyện bằng mọi cách anh em biết, cho tất cả những người anh em quen biết. Đặc biệt hãy cầu nguyện cho các nhà cầm quyền và chính phủ của họ cai trị tốt đẹp để chúng ta có thể sống cuộc sống giản dị, khiêm nhường và chiêm

nghiệm một cách yên bình. Đó là cách mà Đức Chúa Trời, Đấng Cứu Thế của chúng ta, muốn chúng ta sống.

6 giờ sáng Lạy Cha, xin cho chính quyền công chính và hòa bình được thiết lập vững mạnh trong các quốc gia chúng con dưới sự cai trị của Chúa Kitô.

9 giờ sáng Chúng con dâng lên Chúa các vị vua, tổng thống, thống đốc, nhà lập pháp, thẩm phán và các nhà lãnh đạo dân sự sự khôn ngoan và tiết chế.

12 giờ trưa: Mọi âm mưu tham nhũng, đổ máu, áp bức và tham vọng phi pháp đều phải bị vạch trần và lật đổ.

3 giờ chiều: Hãy để những người cố vấn chính trực và những người nam nữ kính sợ Chúa đứng lên nắm giữ những vị trí có tầm ảnh hưởng chiến lược.

6 giờ chiều, tôi tuyên bố rằng luật lệ xấu xa sẽ không tồn tại, và phán quyết công chính sẽ được thiết lập.

9 giờ tối, Cha ơi, hãy phá bỏ những ngai vàng vô hình của phù thủy, hối lộ và thao túng đằng sau giới lãnh đạo công chúng.

12 giờ đêm: Hãy để lòng kính sợ Chúa can thiệp và hướng các hệ thống chính quyền về phía công lý.

3 giờ sáng, lạy Chúa, xin bảo vệ đất nước chúng con khỏi những kẻ cai trị bạo lực và những người lãnh đạo sẽ bảo vệ sự sống, sự thật và tự do.

Ngày 16 - Núi Chính phủ: Công lý và Sự giải thoát

Kinh Thánh: Thi Thiên 72:14 Thi Thiên 82:1-8

Thi Thiên 72:14
Phiên bản New King James
14 Ngài sẽ giải cứu mạng sống họ khỏi sự áp bức và bạo lực;
và huyết của họ sẽ quý giá trong mắt Ngài.

Thi Thánh vịnh 82
Phiên bản New King James
Lời kêu gọi công lý
Một bài Thánh vịnh của Asaph.
82 Đức Chúa Trời đứng giữa hội chúng của [a] những kẻ
quyền thế;
Ngài phán xét giữa các [b] thần.
2 Các ngươi sẽ phán xét bất công và thiên vị kẻ ác đến bao giờ ?
Selah
3 [c] Hãy bênh vực người nghèo và trẻ mồ côi;
Hãy làm công lý cho người bị áp bức và thiếu thốn.
4 Hãy giải cứu người nghèo và người thiếu thốn;
Hãy giải thoát *họ* khỏi tay kẻ ác.
5 Họ không biết, cũng không hiểu;
Họ đi lại trong bóng tối; Tất cả nền móng của trái đất đều [d]
không vững chắc.
6 Tôi nói: "Bạn *là* [e] các vị thần,
Và tất cả các ngươi *đều là* con cái của Đấng Tối Cao.
7 Nhưng các ngươi sẽ chết như loài người,
Và sa ngã như một trong các vị hoàng tử."

8 Hỡi Đức Chúa Trời, hãy trỗi dậy, phán xét trái đất;
vì Ngài sẽ thừa hưởng tất cả các dân tộc.

Thi Thiên 72:14

Thông điệp

9-14 Kẻ thù sẽ quỳ gối trước mặt Đức Chúa Trời,
địch thủ Ngài sẽ liếm bụi đất. Các vua ở nơi xa xôi và huyền
thoại sẽ cúi đầu tôn kính, các vua giàu có và huy hoàng sẽ
dâng hiến của cải của mình. Tất cả các vua sẽ quỳ xuống thờ
phượng, và các quốc gia vô thần sẽ nguyện phục vụ Ngài,
bởi vì Ngài cứu giúp người nghèo ngay khi họ cần, những
người khốn khổ đã hết may mắn. Ngài mở rộng vòng tay
đón nhận những người khốn cùng, Ngài phục hồi những
người bất hạnh trên đất. Ngài giải phóng họ khỏi ách bạo
ngược và tra tấn— khi họ đổ máu, Ngài cũng đổ máu; khi họ
chết, Ngài cũng chết.

Thi Thánh vịnh 82

Thông điệp

82 Đức Chúa Trời triệu tập các thẩm phán vào tòa án của
Ngài,
Ngài đưa tất cả các thẩm phán ra trước vành móng ngựa.
2-4 "Đủ rồi! Các ngươi đã làm tha hóa công lý quá lâu rồi,
các ngươi đã để cho kẻ ác thoát tội giết người. Các ngươi ở
đây để bảo vệ những người yếu thế, để đảm bảo rằng
những người bị áp bức được đối xử công bằng; nhiệm vụ
của các ngươi là đứng lên bảo vệ những người bất lực và
truy tố tất cả những kẻ bóc lột họ."
5 vị thẩm phán ngu dốt! Những vị thẩm phán chẳng hiểu gì
cả!
Họ chẳng hề biết chuyện gì đang xảy ra. Và giờ thì mọi thứ
đang sụp đổ, thế giới đang tan rã.

[6-7] "Ta đã bổ nhiệm các ngươi làm thẩm phán, mỗi người trong các ngươi là
đại diện của Đức Chúa Trời Tối Cao, nhưng các ngươi đã phản bội chức vụ của mình và nay các ngươi bị tước bỏ chức vị, bị đuổi việc."
[8] Hỡi Đức Chúa Trời, xin hãy trừng phạt chúng thích đáng! Cả thế giới nằm trong tay Ngài!

6 giờ sáng, lạy Chúa, xin cho kẻ ác rơi vào cái hố chúng tự đào và cho những hệ thống bóc lột sụp đổ dưới chính mưu kế của chúng.

9 giờ sáng: Giải cứu linh hồn người nghèo, người dễ bị tổn thương và người không có tiếng nói khỏi sự lừa dối và bạo lực.

12 giờ trưa: Mọi cỗ máy bất công đang hút máu người vô tội, hãy bị phán xét bởi Đức Chúa Trời công chính.

3 giờ chiều: Hãy để những kẻ buôn lậu, những kẻ âm mưu bạo lực và những kẻ áp bức thể chế mất đi mạng lưới, nguồn tài trợ và vỏ bọc của chúng.

6 giờ chiều, tôi ra lệnh rằng máu của những người vô tội sẽ không còn bị coi thường trên đất nước chúng ta nữa.

9 giờ tối Lạy Cha, xin hãy dấy lên những thẩm phán, điều tra viên, luật sư và nhà cải cách công chính, những người sẽ không khuất phục trước áp lực.

12 giờ đêm. Hãy để những bằng chứng bị che giấu được phơi bày và để sự thật vượt qua mọi lời dối trá được dàn dựng.

3 giờ sáng, hỡi Đức Chúa Trời công chính, xin hãy đứng lên bênh vực những người bị áp bức và thể hiện quyền năng của Ngài tại các tòa án và hội đồng của các quốc gia.

Ngày 17 - Núi Giáo dục: Chân lý và Sự phân biệt

Kinh thánh: Đa-ni-ên 1:9-21; Gia-cơ 1:5

Đa-ni-ên 1:9-21
Phiên bản New King James
9 **Đức Chúa Trời đã khiến Đa** - ni-ên được lòng và có thiện cảm với thái
giám trưởng. 10 Thái giám trưởng nói với Đa-ni-ên: "Tôi sợ
vua, người đã chỉ định thức ăn và nước uống cho anh. Vì sao
vua lại thấy mặt anh trông tiều tụy hơn những thanh niên
cùng *tuổi* ? Như vậy anh sẽ làm nguy hiểm đến tính mạng
của tôi trước mặt vua."
11 Vậy Đa-ni-ên nói với [b] người quản gia mà thái giám
trưởng đã đặt cai quản Đa-ni-ên, Ha-na-ni-a, Mi-sa-ên và A-
xa-ri-a rằng: 12 "Xin hãy thử thách các tôi tớ của ngài trong
mười ngày, và hãy cho họ ăn rau và uống nước. 13 Sau đó, xin
hãy xem xét hình dáng của chúng tôi trước mặt ngài, và hình
dáng của những người trẻ tuổi ăn phần thức ăn ngon của
vua; và xin hãy đối xử với các tôi tớ của ngài như ngài thấy là
thích hợp . " 14 Vậy người quản gia đồng ý với họ về việc
này, và thử thách họ trong mười ngày.
15 Và sau mười ngày, vẻ mặt của họ trông khỏe mạnh và mập
mạp hơn tất cả những thanh niên khác ăn phần thức ăn
ngon của vua. 16 Vì vậy, [c] người quản gia đã lấy đi phần
thức ăn ngon và rượu mà họ được uống, và cho họ ăn rau.
17 Còn bốn người thanh niên này, Đức Chúa Trời ban cho họ
tri thức và kỹ năng về mọi lĩnh vực văn chương và sự khôn
ngoan; Đa-ni-ên thì hiểu biết về mọi khải tượng và giấc mơ.
18 Đến cuối ngày, khi vua đã ra lệnh triệu họ đến, thì thái
giám trưởng dẫn họ đến trước mặt vua Nê-bu-cát-nê-xa. 19
Vua hỏi ý kiến họ, và trong số họ, không ai sánh được với Đa-ni-

ên, Ha-na-ni-a, Mi-sa-ên và A-xa-ri-a; vì vậy họ phục vụ vua.
[20] Về mọi sự khôn ngoan *và* hiểu biết mà vua hỏi họ, vua
thấy họ giỏi hơn gấp mười lần tất cả các thầy phù thủy *và*
thầy bói *trong* cả nước. [21] Như vậy, Đa-ni-ên tiếp tục phục vụ
cho đến năm thứ nhất của vua Si-rô.

Gia-cơ 1:5
Phiên bản New King James
[5] Nếu ai trong anh em thiếu khôn ngoan, hãy cầu xin Đức Chúa Trời, Ngài ban cho mọi người cách rộng rãi và không trách móc, và sự khôn ngoan sẽ được ban cho người ấy.

Đa-ni-ên 1:9-21
Thông điệp
[8-10] Nhưng Đa-ni-ên quyết tâm không làm ô uế mình bằng cách ăn thức ăn của vua hoặc uống rượu của vua, nên ông xin người đứng đầu cung đình miễn cho mình khỏi bữa ăn của vua. Người đứng đầu cung đình, nhờ ân điển của Đức Chúa Trời, quý mến Đa-ni-ên, nhưng ông cảnh báo ông rằng: "Tôi sợ vua sẽ làm gì. Chính vua là người đã chỉ định chế độ ăn này, và nếu vua thấy ông không khỏe mạnh như những người khác, vua sẽ chặt đầu tôi!"
[11-13] Nhưng Đa-ni-ên cầu xin một người quản gia được người đứng đầu cung điện giao nhiệm vụ trông coi Đa-ni-ên, Ha-na-ni-a, Mi-sa-ên và A-xa-ri-a rằng: "Hãy thử cho chúng tôi ăn uống đơn giản gồm rau và nước trong mười ngày. Sau đó, hãy so sánh chúng tôi với những người trẻ tuổi ăn theo thực đơn của hoàng gia. Hãy quyết định dựa trên những gì ông thấy."
[14-16] Người quản gia đồng ý và cho họ ăn rau và uống nước trong mười ngày. Sau mười ngày, họ trông khỏe mạnh và cường tráng hơn tất cả những người khác đã ăn theo thực đơn hoàng gia. Vì vậy, người quản gia tiếp tục miễn cho họ

khỏi thực đơn đồ ăn và thức uống hoàng gia và chỉ phục vụ họ rau.
[17-19] Đức Chúa Trời ban cho bốn chàng trai trẻ này kiến thức và kỹ năng cả về sách vở lẫn cuộc sống. Thêm vào đó, Đa-ni-ên còn có ơn hiểu biết mọi loại khải tượng và giấc mơ. Khi thời gian huấn luyện do nhà vua quy định kết thúc, người đứng đầu đoàn tùy tùng hoàng gia đã đưa họ đến gặp Nê-bu-cát-nê-xa. Khi nhà vua thẩm vấn họ, ông thấy họ vượt trội hơn tất cả những chàng trai trẻ khác. Không ai sánh được với Đa-ni-ên, Ha-na-ni-a, Mi-sa-ên và A-xa-ri-a.
[19-20] Và thế là họ vào phục vụ nhà vua. Mỗi khi nhà vua hỏi ý kiến họ về bất cứ điều gì, về sách vở hay về cuộc sống, ngài đều thấy họ giỏi hơn gấp mười lần tất cả các pháp sư và thầy phù thủy trong vương quốc của ngài cộng lại.
[21] Đa-ni-ên tiếp tục phục vụ vua cho đến năm đầu tiên triều đại vua Ê-xi-cô.

Gia-cơ 1:5-8
Thông điệp
[5-8] Nếu bạn không biết mình đang làm gì, hãy cầu nguyện với Chúa Cha. Ngài rất thích giúp đỡ. Bạn sẽ nhận được sự giúp đỡ của Ngài, và Ngài sẽ không coi thường bạn khi bạn cầu xin. Hãy cầu xin một cách mạnh dạn, tin tưởng, không do dự. Những người "lo lắng khi cầu nguyện" giống như những con sóng bị gió quật. Đừng nghĩ rằng bạn sẽ nhận được điều gì từ Chúa theo cách đó, lênh đênh trên biển, giữ cho mọi lựa chọn của mình luôn rộng mở.

6 giờ sáng, Lạy Cha, xin cho lòng kính sợ Chúa trở thành nền tảng của việc học tập trong các trường học, đại học và trung tâm đào tạo.

9 giờ sáng Tôi phản đối các hệ thống tuyên truyền chống lại sự thật, bản sắc, đạo đức và sự hiểu biết về Chúa.

12 giờ trưa: Nuôi dưỡng những Daniel và Esther bằng trí tuệ, sự xuất sắc và niềm tin kiên định trong môi trường học thuật.

3 giờ chiều: Mọi chương trình giảng dạy đều được gieo rắc để bình thường hóa bóng tối và sự hỗn loạn, hãy đối mặt với sự thật và sự phản kháng chính nghĩa.

6 giờ chiều , Lạy Chúa, xin xức dầu cho các giáo viên, giảng viên, nhà nghiên cứu và nhà quản lý, những người sẽ sử dụng tầm ảnh hưởng của mình một cách chính trực.

9 giờ tối, tôi ra lệnh khôi phục lại việc học tập đúng đắn, tư duy có kỷ luật và sự phân định tâm linh trong giới học sinh.

12 giờ đêm: Hãy để các khuôn viên trường đại học trở thành trung tâm của sự thức tỉnh, ăn năn và đổi mới trí tuệ dưới sự dẫn dắt của Chúa Kitô.

3 giờ sáng, Cha ơi, hãy chinh phục ngọn núi giáo dục và biến nó từ sự lừa dối thành sự hình thành chân lý.

Ngày 18 - Núi Giáo dục: Trí tuệ Giao ước

Kinh thánh: Ê-sai 54:13; Phục truyền luật lệ ký 6:7;

Ê-sai 54:13
Phiên bản New King James
13 Tất cả con cái các ngươi *sẽ được* Chúa dạy dỗ,
và con cái các ngươi *sẽ được* bình an lớn lao.

Phục truyền luật lệ ký 6:7
Phiên bản New King James
7 Các ngươi phải dạy dỗ chúng cách siêng năng cho con cái mình, và phải nói về chúng khi ngồi trong nhà, khi đi đường, khi nằm xuống và khi thức dậy.

Ê-sai 54:13-17
Thông điệp
11-17 "Hỡi thành phố bị hoạn nạn, bị bão táp tàn phá, không ai thương xót:
Ta sắp xây dựng lại ngươi bằng đá ngọc lam, đặt nền móng bằng ngọc bích, xây tháp bằng hồng ngọc, cổng bằng châu báu, và tất cả tường thành bằng đá quý. Tất cả con cái ngươi sẽ có Đức Chúa Trời làm thầy dạy— một người hướng dẫn tuyệt vời cho con cái ngươi! Ngươi sẽ được xây dựng vững chắc, dựa trên sự công chính, xa khỏi mọi rắc rối— không có gì phải sợ hãi! xa khỏi sự kinh hoàng— nó thậm chí sẽ không đến gần! Nếu ai tấn công ngươi, đừng tưởng rằng Ta đã sai họ đến, và nếu có ai tấn công, cũng sẽ chẳng có kết quả gì.
Ta tạo ra người thợ

rèn đốt lò rèn của mình và chế tạo vũ khí được thiết kế để giết người. Ta cũng tạo ra kẻ hủy diệt— nhưng chưa từng có vũ khí nào có thể làm hại ngươi được rèn ra. Bất kỳ kẻ tố cáo nào đưa ngươi ra tòa sẽ bị bác bỏ là kẻ nói dối. Đây là điều mà các tôi tớ của Đức Chúa Trời có thể mong đợi. Ta sẽ lo liệu để mọi việc diễn ra tốt đẹp nhất." (Lời phán xét của Đức Chúa Trời)

Phục truyền luật lệ ký 6:7-9
Thông điệp
6-9 Hãy ghi nhớ những điều răn mà Ta đã truyền cho các ngươi hôm nay trong lòng mình. Hãy thấm nhuần chúng vào trong lòng các ngươi, rồi hãy truyền dạy chúng cho con cái các ngươi. Hãy nói về chúng ở bất cứ nơi nào các ngươi đến, dù đang ở nhà hay đang đi trên đường phố; hãy nói về chúng từ lúc các ngươi thức dậy vào buổi sáng cho đến khi các ngươi đi ngủ vào ban đêm. Hãy buộc chúng vào tay và trán các ngươi để nhắc nhở; hãy khắc chúng trên khung cửa nhà các ngươi và trên cổng thành các ngươi.

6 giờ sáng, lạy Chúa, xin cho ánh sáng của Ngài soi rọi các học sinh và những người suy tư cho đến khi sự xuất sắc trở thành minh chứng cho trí tuệ thiêng liêng.

9 giờ sáng, tôi cầu xin sự khôn ngoan không trách móc cho mọi tín hữu đang làm việc trong lĩnh vực học thuật, hoạch định chính sách và nghiên cứu.

12 giờ trưa: Mọi bức màn che phủ tâm trí, hãy được vén lên; mọi sự giam cầm trí tuệ chống lại chân lý, hãy được phá vỡ.

3 giờ chiều Hãy để sự đổi mới, khám phá và hiểu biết tuôn chảy đến các thánh đồ để chuyển đổi xã hội và làm chứng cho vương quốc của Ngài.

6 giờ chiều , Lạy Cha, xin ban cho con cái và các bậc lãnh đạo của chúng con sự hiểu biết vượt trội, cùng với lòng khiêm nhường và sự trong sạch.

9 giờ tối, tôi tuyên bố rằng sự hỗn loạn, tầm thường và trì trệ trong giáo dục sẽ không định nghĩa thế hệ này.

12 giờ đêm: Hãy để thư viện, phòng thí nghiệm và giảng đường trở thành nơi gặp gỡ thiêng liêng và lan tỏa ảnh hưởng tốt đẹp.

3 giờ sáng , lạy Chúa, xin hãy ban cho trí tuệ giao ước để giải quyết những vấn đề cấp bách và tôn vinh Chúa Kitô trên khắp các quốc gia.

Ngày 19 - Núi Truyền Thông: Thanh lọc không khí

Kinh Thánh: Phi-líp 4:8; Ma-thi-ơ 12:36-37

Phi-líp 4:8
Phiên bản New King James
Hãy suy ngẫm về những điều này
8 Cuối cùng, thưa anh em, bất cứ điều gì chân thật, bất cứ điều gì *cao* quý , bất cứ điều gì công chính, bất cứ điều gì *trong sạch* , bất cứ điều gì *đáng* yêu, bất cứ điều gì *được* tiếng tốt, nếu *có* đức hạnh nào và nếu *có* điều gì đáng khen ngợi—hãy suy ngẫm về những điều đó.

Ma-thi-ơ 12:36-37
Phiên bản New King James
36 Nhưng ta nói với các ngươi rằng, về mọi lời nói vô ích mà người ta nói ra, họ sẽ phải chịu trách nhiệm trong ngày phán
xét. 37 Vì bởi lời nói của các ngươi mà các ngươi sẽ được xưng công chính, và cũng bởi lời nói của các ngươi mà các ngươi sẽ bị kết tội."

Phi-líp 4:8-9
Thông điệp
8-9 Tóm lại, các bạn thân mến, tôi khuyên các bạn nên tập trung suy ngẫm và suy nghĩ về những điều chân thật, cao quý, đáng kính, đích thực, hấp dẫn, tốt đẹp – những điều tốt nhất, chứ không phải những điều tồi tệ nhất; những điều đẹp đẽ, chứ không phải những điều xấu xí; những điều đáng khen ngợi, chứ không phải những điều đáng nguyền rủa. Hãy thực hành những gì các bạn đã học được từ tôi, những gì các bạn đã nghe, đã thấy và đã nhận ra. Hãy làm như vậy,

và Đức Chúa Trời, Đấng làm cho mọi sự hiệp nhất, sẽ đưa các bạn vào sự hòa hợp tuyệt vời nhất của Ngài.

Ma-thi-ơ 12:36-37
Thông điệp
34-37 "Đầu óc các ngươi như ổ rắn độc! Các ngươi nghĩ lời nói của mình có giá trị gì khi đầu óc các ngươi đầy rẫy điều xấu xa? Chính trái tim các ngươi, chứ không phải từ điển, mới mang lại ý nghĩa cho lời nói. Người tốt tạo ra những việc làm và lời nói tốt đẹp hết mùa này đến mùa khác. Người xấu xa là một tai họa cho vườn cây ăn quả. Ta nói cho các ngươi biết điều này: Mỗi lời nói bất cẩn đó sẽ quay lại ám ảnh các ngươi. Sẽ có ngày phán xét. Lời nói rất mạnh mẽ; hãy coi trọng chúng. Lời nói có thể là sự cứu rỗi của các ngươi. Lời nói cũng có thể là sự đọa đày của các ngươi."

6 giờ sáng , lạy Chúa Cha, xin thanh tẩy sóng phát thanh, các nền tảng và kênh truyền thông bị ô nhiễm bởi dối trá, cám dỗ và bạo lực.

9 giờ sáng, tôi ngăn chặn những luận điệu ma quỷ bình thường hóa cái ác và làm cho con người trở nên chai sạn trước tội lỗi.

12 giờ trưa: Hãy dẹp tan mọi chiến dịch truyền thông mang tính vũ khí được xây dựng chống lại sự thật và lẽ phải.

3 giờ chiều: Hãy đào tạo những nhà báo, phát thanh viên, nhà văn, biên tập viên và người sáng tạo biết kính sợ Chúa và tôn trọng sự thật.

6 giờ chiều, tôi ra lệnh vạch trần và bác bỏ những lời khai gian, những thông tin bị thao túng và các hoạt động tuyên truyền.

9 giờ tối, Lạy Chúa, xin ban cho dân Ngài sự khôn ngoan để phân biệt những gì họ tiếp nhận, chia sẻ, lan tỏa và tôn vinh.

12 giờ đêm: Hãy để ngọn núi truyền thông trở thành kênh truyền tải sự thật, vẻ đẹp, lòng dũng cảm và lời chứng cứu chuộc.

3 giờ sáng , lạy Chúa, xin hãy dập tắt lưỡi dối trá và thiết lập những tiếng nói sẽ chữa lành, soi sáng và thức tỉnh các quốc gia.

Ngày 20 - Núi Truyền Thông: Thông điệp của Vương quốc

Kinh Thánh: Thi Thiên 68:11; 2 Tê-sa-lô-ni-ca 3:1

Thi Thiên 68:11
Phiên bản New King James
11 Chúa đã phán lời;
rất *đông* người loan báo lời *ấy*

2 Tê-sa-lô-ni-ca 3:1
Phiên bản New King James
Hãy cầu nguyện cho chúng tôi
3 Cuối cùng, thưa anh em, hãy cầu nguyện cho chúng tôi, để lời Chúa được lan truyền *nhanh chóng* và được tôn vinh, cũng như nơi anh em *vậy* .

Thi Thiên 68:11-14
Thông điệp
11-14 Chúa phán lời;
hàng ngàn người loan báo tin mừng: "Các vua các đạo quân đang tháo chạy, đang tháo chạy!" Trong khi các bà nội trợ ở nhà an toàn và khỏe mạnh chia nhau của cải, của cải bạc vàng của người Ca-na-an. Vào ngày Sa-đê-đa phân tán các vua, tuyết rơi trên núi Đen.

2 Tê-sa-lô-ni-ca 3:1-3
Thông điệp
Những người lười biếng
3 1-3 Thêm một điều nữa, hỡi các bạn: Hãy cầu nguyện cho chúng tôi. Hãy cầu nguyện để Lời Chúa được lan tỏa mạnh mẽ khắp đất nước và nhận được sự hưởng ứng nhiệt thành, giống như đã xảy ra giữa các bạn. Và hãy cầu nguyện để

chúng tôi được giải cứu khỏi những kẻ gây rối đang tìm cách hãm hại chúng tôi. Tôi nhận thấy rằng không phải tất cả những người "tin" đều thực sự tin. Nhưng Chúa không bao giờ bỏ rơi chúng ta. Ngài sẽ ở bên cạnh bạn và bảo vệ bạn khỏi điều ác.

6 giờ sáng , lạy Chúa, xin hãy ban quyền năng lời Chúa và ban cho dân Ngài ngôn ngữ của chiến thắng.

9 giờ sáng: Nguyện xin Chúa ban sức mạnh cho những người truyền bá chân lý để họ loan truyền lẽ phải trên mọi phương tiện truyền thông hiện có.

12 giờ trưa, tôi tuyên bố rằng phúc âm sẽ lan truyền nhanh chóng qua các kênh kỹ thuật số, in ấn, hình ảnh và lời nói.

3 giờ chiều: Mọi sự kháng cự của thuật toán đối với sự thật và mọi thành kiến ngầm chống lại sự công chính, xin Chúa hãy lật đổ.

6 giờ chiều, lạy Chúa Cha, xin ban cho chúng con khả năng giao tiếp chiến lược, có thể xuyên thấu sự dối trá và chạm đến trái tim người nghe một cách chính xác.

9 giờ tối Hãy để lời chứng, giáo lý, sự làm chứng tiên tri và sự rõ ràng về Kinh Thánh đạt được sức ảnh hưởng đặc biệt trong mùa này.

12 giờ đêm, tôi kêu gọi những người giao tiếp sáng tạo, kỷ luật và dũng cảm, những người sẽ không khuất phục trước tinh thần của thời đại.

3 giờ sáng, lạy Chúa, xin hãy chiếm hữu ngọn núi truyền thông và khiến nó phục vụ cho sự thức tỉnh, công lý và sự phát triển vương quốc của Chúa Kitô.

Ngày 21 - Đỉnh Cao Kinh Doanh: Làm Giàu Có Mục Đích

Kinh Thánh: Phục truyền luật lệ ký 8:18; Phục truyền luật lệ ký 32:13

Phục truyền luật lệ ký 8:18
Phiên bản New King James
18 “Các ngươi hãy nhớ đến Chúa, Đức Chúa Trời của các
ngươi, vì *chính* Ngài ban cho các ngươi quyền lực để làm
giàu, hầu cho Ngài thiết lập giao ước mà Ngài đã thề với tổ phụ
các ngươi, như ngày nay *vậy* .

Phục truyền luật lệ ký 32:13
Phiên bản New King James
13 “Ngài khiến Ngài cưỡi ngựa lên những nơi cao của trái
đất,
để Ngài ăn hoa lợi của đồng ruộng; Ngài khiến Ngài lấy mật
ong từ đá, và dầu từ đá cứng;

Phục truyền luật lệ ký 8:18
Thông điệp
17-18 Nếu các bạn bắt đầu nghĩ thầm rằng: “Tôi đã làm được
tất cả những điều này. Và hoàn toàn do một mình tôi làm.
Tôi giàu có rồi. Tất cả là của tôi!”—thì hãy nghĩ lại. Hãy nhớ
rằng Đức Chúa Trời, Đức Chúa Trời của các bạn, đã ban
cho các bạn sức mạnh để tạo ra tất cả sự giàu có này nhằm
xác nhận giao ước mà Ngài đã hứa với tổ tiên các bạn—như
ngày nay.

Phục truyền luật lệ ký 32:13-14
Thông điệp

[10-14] Chúa Giê-su tìm thấy Ngài ở giữa hoang mạc, trong một vùng đất hoang vu lộng gió. Ngài ôm chầm lấy Ngài, hết lòng quan tâm, bảo vệ Ngài như con ngươi của mắt mình. Ngài như chim đại bàng sà xuống tổ, che chở con non,
rồi dang rộng đôi cánh, nâng chúng lên không trung, dạy chúng bay. Chỉ có Đức Chúa Trời dẫn dắt Ngài; không có thần ngoại nào khác ở gần đó. Đức Chúa Trời đưa Ngài lên đỉnh đồi, để Ngài có thể ăn những mùa màng trên đồng ruộng. Ngài cho Ngài ăn mật ong từ đá, dầu từ vách đá granit, sữa đông của bò và sữa cừu, những phần thịt ngon nhất của cừu và dê, cừu đực Bashan hảo hạng, lúa mì chất lượng cao và huyết nho: Ngài đã uống rượu ngon!

6 giờ sáng, Cha ơi, xin hãy nhớ đến giao ước của Ngài và ban sức mạnh cho dân Ngài để tạo ra của cải phục vụ mục đích của vương quốc Ngài.

9 giờ sáng, tôi ra lệnh cho các nguồn lực bị chôn vùi, các cơ hội bị bỏ lỡ và những cánh cửa gia tăng hợp pháp mở ra nhờ ân điển thiêng liêng.

12 giờ trưa: Mọi kẻ phá hoại được phái đến để chống lại công việc chính đáng, hãy bị quở trách trong danh Chúa Giê-su.

3 giờ chiều: Hãy để những kho báu trên cao và những nguồn dự trữ ẩn giấu dưới đất được giải phóng để phục vụ cho các nhiệm vụ của vương quốc.

6 giờ chiều , Chúa ơi, xin hãy thanh tẩy lòng tham, sự gian lận, sự thỏa hiệp và sự bóc lột khỏi ngọn núi kinh doanh.

9 giờ tối, tôi tuyên bố rằng những người tin vào thương mại sẽ thịnh vượng trong sự công chính, rộng lượng và quản lý chiến lược.

12 giờ đêm: Hãy để những doanh nghiệp hướng đến lẽ phải phát triển, ổn định, nhân rộng và trở thành những kênh tạo việc làm và lan tỏa lòng thương xót.

3 giờ sáng, lạy Chúa, xin hãy chuyển đổi nguồn lực từ sự ràng buộc sang mục đích có ích và khiến của cải phục vụ cho kế hoạch của Ngài.

Ngày 22 - Núi Kinh Doanh: Các Tuyến Cung Ứng Được Chọn

Kinh Thánh: Giê-rê-mi 31:11-14; Gióp 29:6

Giê-rê-mi 31:11-14
Phiên bản New King James
11 Vì Đức Chúa Trời đã chuộc Gia-cốp,
và giải cứu ông khỏi tay kẻ mạnh hơn ông.
12 Bởi vậy, họ sẽ đến và hát vang trên cao Si-ôn,
tràn ngập lòng tốt của Đức Chúa Trời—vì lúa mì, rượu mới
và dầu, vì con non của bầy chiên và bầy bò; tâm hồn họ sẽ
như một khu vườn được tưới nước đầy đủ, và họ sẽ không
còn buồn rầu nữa.
13 "Bấy giờ , trinh nữ sẽ vui mừng nhảy múa,
và cả thanh niên lẫn người già cùng nhau; vì Ta sẽ biến nỗi
buồn của họ thành niềm vui, an ủi họ, và làm cho họ vui
mừng thay vì đau buồn.
14 Ta sẽ làm cho tâm hồn các thầy tế lễ được no thỏa dư dật,
và dân Ta sẽ được thỏa mãn với lòng tốt của Ta, Chúa phán
vậy."

Gióp 29:6
Phiên bản New King James
6 Khi bước chân tôi được tắm bằng kem, và tảng
đá tuôn ra những dòng dầu cho tôi!

Giê-rê-mi 31:11-14
Thông điệp
10-14 "Hỡi các dân tộc, hãy nghe đây! Sứ điệp của Đức Chúa
Trời!
Hãy loan truyền điều này khắp thế giới! Hãy nói với họ rằng:
'Đấng đã phân tán Israel

sẽ tập hợp họ lại.
Từ nay về sau, Ngài sẽ chăm sóc họ cẩn thận, như người chăn chiên chăm sóc bầy chiên của mình.' Ta, Đức Chúa Trời, sẽ trả giá chuộc cao cho Gia-cốp; Ta sẽ giải thoát ông khỏi ách thống trị của kẻ bạo ngược Ba-by-lôn. Dân chúng sẽ lên các sườn núi Si-ôn reo hò vui mừng, mặt rạng rỡ vì sự ban ơn của Đức Chúa Trời—Ngũ cốc, rượu và dầu, bầy chiên, đàn bò. Cuộc sống của họ sẽ như một khu vườn được tưới nước đầy đủ, không bao giờ bị khô héo nữa. Các thiếu nữ sẽ nhảy múa và vui vẻ, thanh niên và người già cũng sẽ cùng tham gia. Ta sẽ biến nước mắt của họ thành tiếng cười, ban cho họ sự an ủi dồi dào, lấp đầy nỗi buồn của họ bằng niềm vui. Ta sẽ đảm bảo rằng các thầy tế lễ của họ được ăn ba bữa một ngày và dân Ta có dư dật." (Phán quyết của Đức Chúa Trời)

Gióp 29:6
Thông điệp
Khi Chúa vẫn còn ở bên cạnh tôi
29 1-6 Gióp tiếp tục trả lời:
"Ôi, tôi nhớ những ngày xưa tươi đẹp biết bao,
khi Chúa chăm sóc tôi thật chu đáo. Ngài luôn soi đường cho tôi và tôi bước đi trong bóng tối dưới ánh sáng ấy. Ôi, tôi nhớ những năm tháng vàng son ấy biết bao, khi tình bạn của Chúa bao trùm gia đình tôi, khi Đấng Toàn Năng vẫn ở bên cạnh tôi và con cái tôi quây quần bên tôi, khi mọi việc đều thuận lợi và chẳng có gì là quá khó khăn.

6 giờ sáng, Lạy Chúa, xin cứu chuộc và làm đầy lại dân Ngài, ban cho họ sự tốt lành trong những mùa hạn hán và bất ổn.

9 giờ sáng, tôi tuyên bố sự chu cấp siêu nhiên cho các mục vụ, gia đình, công tác truyền giáo và các dự án của vương quốc Chúa.

12 giờ trưa: Mọi chu kỳ mất mát, rò rỉ và sụp đổ gần như đột phá, đều bị bàn tay của Chúa can thiệp và chấm dứt.

3 giờ chiều: Hãy để sự sung túc tràn ngập nơi sự cằn cỗi đã ngự trị quá lâu, và hãy để lao động chính trực mang lại phần thưởng trọn vẹn.

6 giờ chiều, Lạy Cha, xin thiết lập các chuỗi cung ứng minh bạch, các mối quan hệ đối tác trung thực và các giao dịch được bảo vệ cho dân Ngài.

9 giờ tối, tôi ra lệnh trì hoãn tại cổng cung cấp để nhường chỗ cho sự tăng tốc thiêng liêng.

12 giờ đêm. Nguyện cho sàn nhà chúng ta tràn ngập của cải, đủ để lan tỏa lòng hào phóng, thực hiện sứ mệnh và mở rộng vương quốc của Ngài.

3 giờ sáng, lạy Chúa, xin biến sự thiếu thốn thành bằng chứng và làm cho dân Ngài trở thành minh chứng hữu hình về sự chu cấp theo giao ước.

Ngày 23 - Núi Nghệ thuật: Sự Sáng Tạo Được Hiến Tặng

Kinh thánh: Xuất Ê-díp-tô Ký 31:1-5; Thi Thiên 150:1-6

Xuất Ê-díp-tô Ký 31:1-5
Phiên bản New King James
Các nghệ nhân xây dựng Đền tạm
31 Bấy giờ Đức Chúa Trời phán cùng Môi-se rằng: 2 "Này,
Ta đã chọn Bê-xa-ên, con trai của U-ri, cháu của Hơ , thuộc
chi phái Giu-đa. 3 Ta đã ban cho người Thần của Đức Chúa
Trời, ban cho người sự khôn ngoan, sự hiểu biết, sự tri thức
và mọi *kỹ năng* nghề nghiệp, 4 để thiết kế các tác phẩm nghệ
thuật, để làm việc với vàng, bạc, đồng, 5 để cắt gọt đá quý để
gắn vào trang sức, để chạm khắc gỗ và làm mọi *công* việc thủ
công khác.

Thi Thánh vịnh 150
Phiên bản New King James
Hãy để muôn vật ngợi khen Chúa
150 Hãy ngợi khen Chúa !
Hãy ngợi khen Đức Chúa Trời trong nơi thánh của Ngài;
Hãy ngợi khen Ngài trên bầu trời hùng vĩ của Ngài !
2 Hãy ngợi khen Ngài vì những việc làm vĩ đại của Ngài;
Hãy ngợi khen Ngài theo sự cao cả tuyệt vời của Ngài!
3 Hãy ngợi khen Ngài bằng tiếng kèn [c];
Hãy ngợi khen Ngài bằng đàn luýt và đàn hạc!
4 Hãy ngợi khen Ngài bằng trống và điệu nhảy;
Hãy ngợi khen Ngài bằng nhạc cụ dây và sáo!
5 Hãy ngợi khen Ngài bằng tiếng chiêng vang dội;
Hãy ngợi khen Ngài bằng tiếng chiêng chói tai!
6 Mọi vật có hơi thở hãy ngợi khen Chúa.

[d] Hãy ngợi khen Chúa!

Xuất Ê-díp-tô Ký 31:1-5
Thông điệp
Bezalel và Oholiab
31 [1-5] Đức Chúa Trời phán với Môi-se: "Hãy xem điều Ta đã làm; Ta đã đích thân chọn Bê-xa-ên, con trai của U-ri, cháu của Hùm , thuộc chi phái Giu-đa. Ta đã ban cho người đầy dẫy Thần của Đức Chúa Trời, ban cho người sự khéo léo, hiểu biết và chuyên môn trong mọi nghề thủ công để tạo ra các thiết kế và làm việc với vàng, bạc và đồng; để cắt và gắn đá quý; để chạm khắc gỗ—người là một người thợ thủ công toàn năng.

Thi Thánh vịnh 150
Thông điệp
150 [1-6] Hallelujah!
Hãy ngợi khen Đức Chúa Trời trong nhà thờ thánh của Ngài, hãy ngợi khen Ngài dưới bầu trời rộng mở; Hãy ngợi khen Ngài vì những hành động quyền năng của Ngài, hãy ngợi khen Ngài vì sự vĩ đại tuyệt vời của Ngài; Hãy ngợi khen bằng tiếng kèn vang dội, hãy ngợi khen bằng tiếng đàn du dương; Hãy ngợi khen Ngài bằng tiếng đàn castanet và điệu nhảy, hãy ngợi khen Ngài bằng tiếng đàn banjo và sáo; Hãy ngợi khen Ngài bằng tiếng chũm chọe và trống bass lớn, hãy ngợi khen Ngài bằng tiếng đàn vĩ cầm và đàn mandolin. Hãy để mọi sinh vật sống, thở đều ngợi khen Đức Chúa Trời! Hallelujah!

6 giờ sáng, Lạy Cha, xin hãy khôi phục lại sự sáng tạo, nghệ thuật và trí tưởng tượng để tôn vinh Ngài chứ không phải để nổi loạn.

9 giờ sáng, tôi phá vỡ ảnh hưởng quyến rũ của bóng tối đối với âm nhạc, điện ảnh, thời trang, kể chuyện và biểu diễn.

12 giờ trưa: Hãy tôn vinh những nghệ sĩ tận hiến, tràn đầy kỹ năng, trí tuệ, vẻ đẹp và sự dũng cảm thánh thiện.

3 giờ chiều: Mọi bàn thờ sử dụng sự sáng tạo để tôn vinh sự trụy lạc, bạo lực và thờ cúng thần tượng, hãy bị lật đổ.

6 giờ chiều , Lạy Chúa, xin cho những bài hát, hình ảnh, câu chuyện và màn trình diễn trở thành phương tiện truyền tải chân lý và niềm tin.

9 giờ tối, tôi ra lệnh rằng núi nghệ thuật sẽ không còn là lãnh thổ bị giao nộp cho kẻ thù nữa.

12 giờ đêm Hãy để những người thờ phượng, nhà văn, nhà thiết kế, diễn viên và nhạc sĩ được gặp gỡ Chúa một cách sâu sắc và sáng tạo từ sự dư dật.

3 giờ sáng , lạy Chúa, xin hãy giải phóng vẻ đẹp kết hợp với chân lý và sự xuất sắc kết hợp với sự thánh thiện trong lĩnh vực sáng tạo.

Ngày 24 - Núi Nghệ thuật: Sự cứu rỗi của Văn hóa

Kinh Thánh: Ê-sai Khải Huyền 21:24-26; Sáng Thế Ký 1:26-27; Thi Thiên 96:1-3

Khải Huyền 21:24-26
Phiên bản New King James
24 Và các dân tộc [a] được cứu rỗi sẽ bước đi trong ánh sáng
của nó, và các vua trên đất sẽ mang vinh quang và danh dự [
b] của họ vào đó. 25 Các cổng của nó sẽ không bao giờ đóng lại
suốt ngày (ở đó sẽ không có đêm). 26 Và họ sẽ mang vinh
quang và danh dự của các dân tộc vào [c] đó.

Sáng thế ký 1:26-27
Phiên bản New King James
26 Bấy giờ Đức Chúa Trời phán: "Chúng ta hãy tạo dựng con
người theo hình ảnh của Chúng ta, theo likeness của Chúng
ta; hãy để họ cai trị loài cá dưới biển, loài chim trên trời, loài
gia súc, toàn bộ trái đất và mọi loài bò sát trên đất." 27 Vậy Đức
Chúa Trời tạo dựng con người theo hình ảnh của Ngài ;
theo hình ảnh của Đức Chúa Trời, Ngài tạo dựng nên họ;
nam và nữ, Ngài tạo dựng nên họ ·

Thi Thiên 96:1-3
Phiên bản New King James
Bài ca ngợi khen Đức Chúa Trời đến phán xét
96 Hỡi cả trái đất
, hãy hát một bài ca mới cho Chúa!
Hãy hát cho Chúa, chúc tụng danh Ngài;
Hãy loan báo tin mừng về sự cứu rỗi của Ngài hằng ngày.

3 Hãy tuyên bố vinh quang của Ngài giữa các dân tộc, những kỳ công của Ngài giữa muôn dân.

Khải Huyền 21:24-27

Thông điệp

15-21 Thiên thần nói chuyện với tôi có một cây thước vàng để
đo Thành phố , các cổng và tường thành của nó. Thành phố
được xây dựng theo hình vuông hoàn hảo. Ngài đo Thành
phố bằng cây thước: dài mười lăm trăm dặm, chiều dài,
chiều rộng và chiều cao đều bằng nhau. Sử dụng thước đo
tiêu chuẩn, Thiên thần đo độ dày của tường thành: bảy mươi
hai thước. Tường thành được làm bằng ngọc thạch, màu của
Vinh quang, và Thành phố được làm bằng vàng ròng, trong
suốt như thủy tinh. Nền móng của tường thành được trang
trí bằng mọi loại đá quý có thể tưởng tượng được: nền
móng thứ nhất bằng ngọc thạch, thứ hai bằng ngọc bích,
thứ ba bằng mã não, thứ tư bằng ngọc lục bảo, thứ năm
bằng mã não đen, thứ sáu bằng mã não đỏ, thứ bảy bằng
ngọc thạch anh vàng, thứ tám bằng ngọc beryl, thứ chín
bằng ngọc hoàng, thứ mười bằng ngọc thạch vàng, thứ
mười một bằng ngọc thạch jacinth, thứ mười hai bằng thạch
anh tím. Mười hai cổng thành là mười hai viên ngọc trai, mỗi
cổng là một viên ngọc trai.
21-27 Đường phố chính của Thành phố được lát bằng vàng
ròng, trong suốt như thủy tinh. Nhưng không có dấu hiệu
của Đền thờ, vì Đức Chúa Trời - Đấng Tối Cao - và Chiên
Con chính là Đền thờ. Thành phố không cần mặt trời hay
mặt trăng để chiếu sáng. Vinh quang của Đức Chúa Trời là
ánh sáng của nó, Chiên Con là ngọn đèn của nó! Các dân tộc
sẽ bước đi trong ánh sáng của nó và các vua trên đất sẽ
mang vinh quang của họ đến. Cổng thành sẽ không bao giờ
đóng lại vào ban ngày, và sẽ không có đêm. Họ sẽ mang vinh
quang và danh dự của các dân tộc vào Thành phố . Không

có gì ô uế hay bị ô uế sẽ được vào Thành phố , và không ai làm ô uế hay lừa dối. Chỉ những người có tên được ghi trong Sách Sự Sống của Chiên Con mới được vào.

Sáng thế ký 1:26-28
Thông điệp
26-28 Đức Chúa Trời phán: "Chúng ta hãy tạo dựng con người theo hình ảnh của chúng ta, tạo dựng họ
phản ánh bản chất của chúng ta, để họ có thể chịu trách nhiệm về cá dưới biển, chim trên trời, gia súc, và cả Trái Đất, và mọi loài vật di chuyển trên mặt đất."
Đức Chúa Trời tạo dựng con người;
Ngài tạo dựng họ giống như thần thánh, phản ánh bản chất của Ngài. Ngài tạo dựng họ nam và nữ. Đức Chúa Trời ban phước cho họ: " Hãy thịnh vượng! Hãy sinh sôi nảy nở! Hãy lấp đầy Trái Đất! Hãy nắm quyền!
Hãy chịu trách nhiệm về cá dưới biển và chim trên trời, về mọi sinh vật di chuyển trên mặt đất."

Thi Thiên 96:1-3
Thông điệp
96 1-2 Hãy hát một bài ca hoàn toàn mới cho Chúa!
Hỡi Trái Đất và tất cả mọi người trên đó, hãy hát! Hãy hát ngợi khen Chúa— *thờ phượng* Chúa!
2-3 Hãy loan báo tin mừng chiến thắng của Ngài từ biển này sang biển khác,
Hãy mang tin mừng vinh quang của Ngài đến cho những người lạc lối, Hãy loan báo những phép lạ của Ngài cho mọi người!

6 giờ sáng, Lạy Chúa, xin cho sự giàu có, sự chú ý và ảnh hưởng của văn hóa được hướng đến những điều làm vinh danh Ngài.

9 giờ sáng, tôi kêu gọi một âm thanh mới và một lời chứng mới để loan truyền vinh quang của Ngài giữa các dân tộc.

12 giờ trưa: Mọi sự giam cầm văn hóa đang bình thường hóa bóng tối, hãy tan vỡ ngay dưới quyền năng tối cao của vương quốc Đức Chúa Trời.

3 giờ chiều Hãy để những người sáng tạo với niềm tin vào vương quốc của Chúa chiếm lĩnh các sân khấu, studio, phòng trưng bày và nhà hát với quyền lực tối cao.

6 giờ chiều, Cha ơi, xin hãy cứu rỗi thị hiếu công chúng, trí tưởng tượng tập thể và khát vọng quốc gia khỏi sự tha hóa.

9 giờ tối, tôi tuyên bố rằng cái đẹp sẽ không còn tách rời khỏi sự thật và sự sáng tạo sẽ không còn tách rời khỏi lương tâm.

12 giờ đêm. Nguyện xin nghệ thuật trở thành một cánh đồng gặp gỡ thiêng liêng, nơi những người lạc lối trở về và những người tìm kiếm chiêm ngưỡng vinh quang của Ngài.

3 giờ sáng, lạy Chúa, xin hãy soi sáng nền văn hóa bằng ánh sáng thánh thiện và khiến các quốc gia nghe thấy tiếng gọi thức tỉnh.

Ngày 25 - Tôn giáo và Giáo hội: Ngọn lửa phục hưng

Kinh Thánh: 2 Sử ký 7:14; Rô-ma 15:30-32

2 Sử ký 7:14
Phiên bản New King James
14 Nếu dân Ta, là những người được gọi bằng danh Ta, biết hạ mình xuống, cầu nguyện, tìm kiếm mặt Ta, và từ bỏ những đường lối gian ác của mình, thì Ta sẽ nghe từ trời, tha thứ tội lỗi của họ và chữa lành đất nước của họ.

Rô-ma 15:30-32
Phiên bản New King James
30 Giờ đây, hỡi anh em, tôi nài xin anh em, nhờ Chúa Giê-su
Christ và nhờ tình yêu thương của Đức Thánh Linh, hãy
cùng tôi cầu nguyện với Đức Chúa Trời cho tôi, 31 để tôi
được giải thoát khỏi những kẻ không tin ở Giu-đê , và để sự
phục vụ của tôi tại Giê-ru-sa-lem được các thánh chấp nhận,
32 hầu cho tôi có thể đến với anh em cách vui mừng theo ý
muốn của Đức Chúa Trời, và được cùng anh em được an ủi,
thêm sức.

2 Sử ký 7:14-18
Thông điệp
12-18 Đêm đó, Đức Chúa Trời hiện ra với Sa-lô-môn và phán rằng: "Ta chấp nhận lời cầu nguyện của ngươi; phải, Ta đã chọn nơi này làm đền thờ tế lễ, làm nhà thờ phượng. Nếu Ta có bao giờ ngừng cho mưa rơi xuống, hoặc ra lệnh cho châu chấu ăn hết mùa màng, hoặc giáng tai họa xuống dân Ta, và dân Ta, dân được Đức Chúa Trời định đoạt, đáp lại bằng cách hạ mình, cầu nguyện, tìm kiếm sự hiện diện của

Ta, và từ bỏ đời sống gian ác của họ, thì Ta sẽ ở đó sẵn sàng đón ngươi: Ta sẽ lắng nghe từ trời, tha thứ tội lỗi của họ, và phục hồi đất đai của họ. Từ nay trở đi, Ta luôn luôn chú ý ngày đêm đến những lời cầu nguyện dâng lên tại nơi này. Hãy tin Ta, Ta đã chọn và thánh hóa Đền thờ mà ngươi đã xây dựng: Danh Ta được đóng dấu trên đó mãi mãi; mắt Ta luôn dõi theo nó và lòng Ta luôn ở trong đó. Còn ngươi, nếu ngươi sống trong sự hiện diện của Ta như cha ngươi là Đa-vít đã sống, trong sạch trong lòng và hành động, sống đời sống Ta đã định sẵn cho ngươi, chăm chú vâng phục sự hướng dẫn và phán xét của Ta, thì Ta sẽ ủng hộ sự cai trị của ngươi trên Y-sơ-ra-ên—làm cho nó vững chắc." Điều này dựa trên một nền tảng vững chắc. Lời giao ước bảo đảm mà ta đã ban cho Đa-vít, cha ngươi, ta cũng ban cho ngươi, nghĩa là: 'Ngươi có thể tin chắc rằng sẽ luôn có một hậu duệ ngồi trên ngai vàng của Israel.'

Rô-ma 15:30-33
Thông điệp
30-33 Tôi có một yêu cầu, hỡi các bạn thân mến: Hãy cầu nguyện cho tôi. Hãy cầu nguyện hết lòng cùng và cho tôi—với Đức Chúa Cha, nhờ quyền năng của Chúa Giê-su, nhờ tình yêu thương của Đức Thánh Linh—để tôi được giải thoát khỏi hang sư tử của những kẻ không tin ở Giu-đê. Cũng hãy cầu nguyện để lễ vật cứu trợ của tôi dâng cho các tín hữu Giê-ru-sa-lem được chấp nhận với tinh thần như khi dâng hiến. Rồi, nếu Đức Chúa Trời muốn, tôi sẽ lên đường đến với anh em với tấm lòng nhẹ nhàng và háo hức, mong được vui mừng khi được ở bên anh em. Nguyện bình an của Đức Chúa Trời ở cùng tất cả anh em. Ồ, phải!

6 giờ sáng, Lạy Cha, xin hãy đưa Giáo Hội của Ngài trở lại với sự khiêm nhường, ăn năn và cầu nguyện theo giao ước.

9 giờ sáng, tôi cùng các thánh cầu nguyện để cầu xin sự phục hưng, sự thanh khiết và một sự tuôn đổ mới mẻ của Đức Thánh Linh.

12 giờ trưa: Hãy để những giáo đoàn đang ngủ say thức tỉnh và để những bàn thờ khô cằn lại bừng cháy.

3 giờ chiều: Mọi sự kháng cự đối với sự phục hưng bắt nguồn từ kiêu ngạo, truyền thống và tội lỗi che giấu, hãy bị phá vỡ.

6 giờ chiều , Lạy Chúa, xin hãy dùng ngọn lửa thanh tẩy mà thăm viếng các giáo phái, hội thánh, các tổ chức mục vụ và mạng lưới cầu nguyện.

9 giờ tối, tôi tuyên bố một phép báp-têm mới với lòng khao khát Lời Chúa, sự thờ phượng, sự thánh thiện và gánh nặng truyền giáo.

12 giờ đêm: Hãy để phép lạ, sự thuyết phục, sự hòa giải và sự giải thoát trở lại vị trí trung tâm trong đời sống hội thánh.

3 giờ sáng, lạy Chúa, xin hãy hồi sinh công việc của Ngài giữa những năm tháng đã qua và cho Giáo Hội trở thành một sức mạnh biến đổi một lần nữa.

Ngày 26 - Tôn giáo và Giáo hội: Bảo vệ những người còn sót lại

Kinh Thánh: Thi Thiên 92:8,14; Ma-thi-ơ 26:41

Thi Thiên 92:8
Phiên bản New King James
8 Nhưng lạy Chúa, *Ngài vẫn* ngự trên cao đời đời.

Thi Thiên 92:14
Phiên bản New King James
14 Chúng vẫn sẽ kết trái khi về già;
Chúng sẽ [a] tươi tốt và [b] thịnh vượng,

Ma-thi-ơ 26:41
Phiên bản New King James
41 Hãy tỉnh thức và cầu nguyện, kẻo các ngươi sa vào cám dỗ.
Tinh thần thì *sẵn* sàng, nhưng xác thịt *thì* yếu đuối."

Thi Thiên 92:8-9
Thông điệp
4-9 Chúa ơi, Ngài đã làm con vui mừng khôn xiết.
Con đã thấy công việc của Ngài và con reo lên vì vui sướng.
Công việc của Ngài thật vĩ đại biết bao, Chúa ơi! Tư tưởng của Ngài thật sâu sắc biết bao! Kẻ ngu dốt chẳng bao giờ nhận ra những gì Ngài làm; kẻ khờ dại chẳng bao giờ hiểu được. Khi kẻ ác mọc lên như cỏ dại và tất cả những người nam nữ gian ác chiếm lấy quyền lực, Ngài đã tiêu diệt chúng, kết liễu chúng một lần và mãi mãi. Chúa ơi, Ngài là Đấng Tối Cao và Vĩnh Hằng. Hãy nhìn kẻ thù của Ngài, Chúa ơi!
Hãy nhìn kẻ thù của Ngài—bị hủy diệt!
Bị phân tán khắp nơi, tất cả những kẻ làm thuê cho cái ác!

Thi Thiên 92:14
Thông điệp
10-14 Nhưng Ngài đã ban cho con sức mạnh như một con bò rừng đang xông trận,
Ngài đã vinh danh con bằng một cuộc diễu hành tưng bừng. Cảnh những kẻ chỉ trích con bị đánh bại vẫn còn tươi mới trong tâm trí con, sự thất bại thảm hại của những kẻ vu khống con. Tai con tràn ngập những âm thanh của lời hứa: " Người tốt sẽ thịnh vượng như cây cọ,
cao lớn như cây tuyết tùng Li-băng; được cấy ghép vào sân của Chúa, họ sẽ lớn lên trong sự hiện diện của Chúa, dẻo dai và xanh tươi, vẫn mạnh mẽ ngay cả khi về già."
Ma-thi-ơ 26:41
Thông điệp
40-41 Khi trở lại với các môn đồ, Ngài thấy họ đang ngủ say. Ngài nói với Phi-e-rơ: "Các con không thể thức với Ta một giờ sao? Hãy tỉnh thức; hãy cầu nguyện để các con không sa vào cám dỗ mà không biết mình đang gặp nguy hiểm. Có một phần trong các con thì sốt sắng, sẵn sàng làm bất cứ điều gì cho Đức Chúa Trời. Nhưng cũng có một phần khác lười biếng như con chó già ngủ bên đống lửa vậy."

6 giờ sáng, lạy Chúa, xin gìn giữ người công chính và giữ cho những người còn lại luôn sinh sôi nảy nở, tươi mới và thịnh vượng trong những mùa khó khăn và gian khổ.

9 giờ sáng, tôi nhận được ân điển để tỉnh thức và cầu nguyện, hầu cho cám dỗ không đến với tôi hay với các thánh đồ.

12 giờ trưa: Mọi âm mưu nhằm làm mệt mỏi những người cầu thay, các nhà lãnh đạo và các tín hữu trung thành đều thất bại trong danh Chúa Giê-su.

3 giờ chiều: Hãy để gốc rễ của người công chính ăn sâu và lời chứng của họ luôn xanh tươi và sống động.

6 giờ chiều Lạy Cha, xin bảo vệ các tôi tớ của Ngài khỏi tai tiếng, kiệt sức, nản lòng và những cạm bẫy thuộc linh.

9 giờ tối, ta ra lệnh rằng phần còn lại sẽ không bị tiêu diệt; nó sẽ càng mạnh mẽ hơn dưới áp lực.

12 giờ đêm: Nguyện xin những người trung thành ẩn dật được thiên đường làm tươi mới và được củng cố bằng dầu trường tồn.

3 giờ sáng, lạy Chúa, xin hãy nâng đỡ những người còn sót lại đang cầu nguyện cho đến khi có sự đột phá ở cấp quốc gia và thế hệ.

Ngày 27 - Núi Gia Đình: Hôn nhân Dưới Sự Bùng Nổ

Kinh Thánh: Ma-thi-ơ 19:6; Truyền đạo 4:12

Ma-thi-ơ 19:6
Phiên bản New King James
6 Vậy nên, họ không còn là hai người nữa, mà là một thân thể. Bởi vậy, điều mà Đức Chúa Trời đã kết hợp, loài người chớ phân rẽ."

Truyền đạo 4:12
Phiên bản New King James
12 Dù một người có thể bị người khác áp đảo, nhưng hai người có thể chống lại hắn.
Và sợi dây ba bện không dễ đứt.

Ma-thi-ơ 19:6
Thông điệp
4-6 Ông đáp: "Chẳng lẽ các ngươi chưa đọc trong Kinh Thánh rằng Đấng Tạo Hóa đã tạo dựng nên người nam và người nữ từ thuở ban đầu, nam và nữ sao? Vì thế, người nam lìa cha mẹ mà gắn bó mật thiết với vợ mình, trở thành một thân xác – không còn là hai thân thể nữa mà là một. Vì Đức Chúa Trời đã tạo dựng nên sự kết hợp hữu cơ giữa hai giới tính này, nên không ai được phép xúc phạm đến công trình của Ngài bằng cách chia lìa họ."

Truyền đạo 4:12
Thông điệp
12. Một mình bạn sẽ không được bảo vệ.
Có bạn bè đi cùng, bạn có thể đối mặt với điều tồi tệ nhất.

Bạn có thể tìm được người thứ ba không? Một sợi dây ba bện sẽ không dễ bị đứt.

6 giờ sáng, Lạy Cha, điều Cha đã kết hợp, xin đừng để bất cứ thế lực nào của địa ngục, xác thịt hay văn hóa chia lìa.

9 giờ sáng, tôi phá vỡ tinh thần chia rẽ, phản bội, khoảng cách tình cảm và những tổn thương chưa được giải quyết đang tấn công các cuộc hôn nhân.

12 giờ trưa: Hãy để tình yêu thương, sự thật, lòng kiên nhẫn và sự tôn trọng lẫn nhau được khôi phục trong những gia đình đang gặp khó khăn.

3 giờ chiều: Mọi tiếng nói lạ lẫm cạnh tranh với sự hiệp nhất thiêng liêng, hãy bị dập tắt bởi quyền năng của Chúa Giê-su Ki-tô.

6 giờ chiều , lạy Chúa, xin chữa lành lòng tin, hàn gắn sự giao tiếp và khôi phục mối quan hệ tâm linh giữa vợ chồng.

9 giờ tối, tôi tuyên bố rằng hôn nhân sẽ trở thành bàn thờ của sự đồng thuận và động lực của vận mệnh, chứ không phải là chiến trường lãng phí.

12 giờ đêm: Hãy vạch trần và lật đổ mọi mưu đồ ngầm của kẻ thù chống lại những gia đình giao ước.

3 giờ sáng, lạy Chúa, xin củng cố hôn nhân bằng ân điển, sự trong sạch và sợi dây ba sợi không thể đứt.

Ngày 28 - Núi Chính phủ: Cổng và Thành phố

Kinh Thánh: Sáng Thế Ký 18:16-33; Châm Ngôn 29:2

Sáng thế ký 18:16-33
Phiên bản New King James
Áp-ra-ham cầu thay cho Sô-đôm
16 Bấy giờ, những người ấy đứng dậy, nhìn về phía Sô-đôm,
và Áp-ra-ham đi cùng họ để tiễn họ lên đường. 17 Đức Giê-
hô-va phán: "Ta há lại giấu Áp-ra-ham điều Ta sắp làm sao,
18 vì chắc chắn Áp-ra-ham sẽ trở thành một dân tộc lớn
mạnh, và muôn dân trên đất sẽ được chúc phúc trong
người? 19 Vì Ta đã biết người, để người truyền dạy cho con
cái và gia đình mình sau người, hầu cho họ giữ đường lối
của Đức Giê-hô-va, làm điều công chính và công bằng, hầu
cho Đức Giê-hô-va làm cho điều Ngài đã phán với người
được thành." 20 Đức Giê-hô-va phán: "Vì tiếng kêu than về
Sô-đôm và Gô-mô-ra rất lớn, và tội lỗi của chúng rất nghiêm
trọng, 21 nên Ta sẽ xuống xem xét xem chúng có làm theo lời
kêu than đã đến tai Ta hay không; nếu không, Ta sẽ biết."
22 Bấy giờ, những người ấy liền rời khỏi đó và đi về phía Sô-
đôm, nhưng Áp-ra-ham vẫn đứng trước mặt Đức Chúa
Trời. 23 Áp-ra-ham đến gần và nói: "Chúa có định hủy diệt
người công chính cùng với kẻ ác không? 24 Giả sử trong
thành có năm mươi người công chính; Chúa có định hủy diệt
nơi đó mà không tha *cho* năm mươi người công chính ở
trong đó không? 25 Chúa không bao giờ làm như vậy, giết
người công chính cùng với kẻ ác, để người công chính cũng
giống như kẻ ác; Chúa không bao giờ làm như vậy! Đấng
Phán Xét toàn cõi đất há chẳng làm điều công chính sao?"

26 Vậy Đức Chúa Trời phán: "Nếu Ta tìm thấy trong Sô-đôm năm mươi người công chính, thì Ta sẽ tha cho cả thành ấy vì cớ họ."
27 Bấy giờ Áp-ra-ham đáp rằng: "Quả thật, bây giờ, ta *là*…
" *Nhưng* bụi đất và tro tàn đã dám nói với Chúa rằng: 28 Giả
sử có ít hơn năm mươi người công chính năm người; Ngài có hủy diệt cả thành vì *thiếu* năm người không?"
Vậy nên Ngài phán: "Nếu Ta tìm thấy ở đó bốn mươi lăm người, Ta sẽ không tiêu diệt *chúng*."
29 Rồi ông lại nói với Ngài rằng: "Giả sử ở đó có bốn mươi người thì sao?"
Vậy nên Ngài phán: "Ta sẽ không làm *điều đó* vì bốn mươi người."
30 Rồi ông nói: "Xin Chúa đừng nổi giận, tôi sẽ nói: Giả sử có ba mươi người ở đó thì sao?"
Vậy nên Ngài phán: "Ta sẽ không làm *điều đó* nếu ta thấy ở đó có ba mươi người."
31 Ông nói: "Quả thật, bây giờ tôi dám cầu nguyện với Chúa: Giả sử có hai mươi người ở đó thì sao?"
Vậy nên Ngài phán: "Ta sẽ không hủy diệt *nó* vì hai mươi người."
32 Rồi ông nói: "Xin Chúa đừng nổi giận, tôi sẽ nói thêm một lần nữa: Giả sử có mười người ở đó thì sao?"
Và Ngài phán: "Ta sẽ không hủy diệt *nó* vì mười người." 33
Vậy, ngay sau khi nói chuyện xong với Áp-ra-ham, Đức Chúa Trời liền đi; và Áp-ra-ham trở về chỗ mình.

Châm ngôn 29:2
Phiên bản New King James
2 Khi người công chính [a] nắm quyền, dân chúng vui mừng;
Nhưng khi *kẻ ác* cai trị, dân chúng than thở.

Sáng thế ký 18:16-33
Thông điệp

16 Khi những người đó đứng dậy để ra về, họ lên đường đến
Sô-đôm. Áp-ra-ham cùng đi với họ để chào tạm biệt.
17-19 Đức Chúa Trời phán: "Ta há lại không làm điều Ta sắp
làm với Áp-ra-ham sao? Áp-ra-ham sẽ trở thành một dân tộc
lớn mạnh; muôn dân trên thế gian sẽ được phước lành nhờ
ông. Phải, Ta đã chọn ông làm người dạy dỗ con cái và gia
đình tương lai của mình sống theo đường lối của Đức Chúa
Trời, sống hiền lành, rộng lượng và công bằng, để Đức
Chúa Trời có thể hoàn thành lời hứa của Ngài với Áp-ra-
ham."
20-21 Đức Chúa Trời tiếp tục phán: "Tiếng kêu than của các
nạn nhân ở Sô-đôm và Gô-mô-ra thật chói tai; tội lỗi của
những thành ấy thật vô cùng lớn. Ta sẽ xuống xem xét tận
mắt, xem những gì chúng đang làm có tệ như lời chúng nói
hay không. Khi đó Ta sẽ biết."
22 Những người đó lên đường đến Sô-đôm, nhưng Áp-ra-
ham đứng chắn đường Đức Chúa Trời, ngăn cản Ngài.
23-25 Áp-ra-ham đối chất với ông ta: "Ông có nghiêm túc
không vậy? Ông định loại bỏ cả người tốt lẫn người xấu
sao? Nếu trong thành còn lại năm mươi người tử tế thì sao;
ông sẽ gộp người tốt với người xấu và loại bỏ hết sao? Ông
không tha cho thành vì năm mươi người vô tội đó sao? Tôi
không thể tin là ông lại làm thế, giết cả người tốt lẫn người
xấu như thể không có sự khác biệt nào giữa họ. Chẳng lẽ
Đấng Phán Xét toàn cõi đất không phán xét công bằng
sao?"
26 Đức Chúa Trời phán: "Nếu Ta tìm thấy năm mươi người
công chính trong thành Sô-đôm, Ta sẽ tha cho thành ấy chỉ
dành riêng cho họ."
27-28 Áp-ra-ham trở về, "Tôi, một người phàm trần được tạo
nên từ một nắm đất, há lại dám mở miệng nói với Thầy
mình sao? Nếu năm mươi người thiếu năm người thì sao—
Ngài có hủy diệt thành phố vì năm người thiếu đó không?"

Ông ấy nói, "Tôi sẽ không phá hủy nó nếu có tới bốn mươi lăm cái."
29 Áp-ra-ham lại lên tiếng: "Nếu các ngươi chỉ tìm được bốn mươi người thì sao?"
"Ta cũng sẽ không phá hủy nó dù với giá bốn mươi."
30 Ông nói: "Thưa thầy, xin thầy đừng giận con, nhưng nếu chỉ tìm thấy ba mươi người thì sao?"
"Không, tôi sẽ không làm nếu tôi tìm thấy ba mươi."
31 Anh ta tiếp tục nài nỉ, "Tôi biết tôi đang thử thách sự kiên nhẫn của ngài, thưa ngài, nhưng ngài có thể cho tôi hai mươi đô la được không?"
"Tôi sẽ không phá hủy nó dù chỉ với giá hai mươi đô la."
32 Anh ta không chịu bỏ cuộc, "Thưa thầy, xin đừng giận, đây là lần cuối cùng. Lỡ thầy chỉ tìm được mười cái thì sao?"
"Chỉ vì mười người, tôi sẽ không phá hủy thành phố này."
33 Khi Đức Chúa Trời nói chuyện xong với Áp-ra-ham, Ngài rời đi. Và Áp-ra-ham về nhà.

Châm ngôn 29:2
Thông điệp
2. Khi người tốt điều hành mọi việc, mọi người đều vui mừng,
nhưng khi người cai trị tồi tệ, mọi người đều than phiền.

6 giờ sáng, Lạy Chúa, chúng con tranh đấu cho các thành phố của chúng con như Áp-ra-ham đã cầu thay;
tha thứ, chữa lành và chuyển đổi những cộng đồng được chọn để nhận lòng thương xót.

9 giờ sáng: Khi người công chính nắm quyền, dân chúng hãy vui mừng; hãy loại bỏ ách cai trị áp bức và chính quyền đầy mưu mô.

12 giờ trưa: Mọi giao ước với đổ máu, lòng tham và sự gian ác tranh giành lãnh thổ tại cổng thành, hãy bị phá vỡ.

3 giờ chiều Lạy Cha, xin dấy lên những người giữ cửa chính trực trong các hội đồng, thành phố và các cơ cấu khu vực.

6 giờ chiều, tôi ra lệnh rằng các thành phố của chúng ta sẽ không bị khuất phục trước bạo lực, tham nhũng và sự suy đồi đạo đức.

9 giờ tối: Hãy để lời cầu nguyện bao trùm mọi cánh cổng và để sự lãnh đạo khôn ngoan xuất hiện ở cấp địa phương và quốc gia.

12 giờ đêm: Mọi tuyên bố chủ quyền của ma quỷ đối với các khu dân cư, tổ chức và khu vực chiến lược, hãy bị hủy bỏ.

3 giờ sáng, lạy Chúa, xin hãy nhớ đến lòng thương xót trong phán xét và cho các thành phố được chứng kiến sự viếng thăm thiêng liêng thay vì sự tàn phá.

Ngày 29 - Núi Giáo dục: Giải thoát khỏi sự giam cầm của tâm trí

Kinh Thánh: 2 Cô-rinh-tô 10:4-5; Rô-ma 12:2

2 Cô-rinh-tô 10:4-5
Phiên bản New King James
4 Vì vũ khí chiến đấu của chúng ta không phải *là* vũ khí xác thịt,
nhưng là vũ khí mạnh mẽ của Đức Chúa Trời, có khả năng
phá đổ các thành trì, 5 đánh đổ các luận điểm và mọi sự cao
ngạo chống lại sự hiểu biết về Đức Chúa Trời, bắt mọi tư
tưởng phải phục tùng Đấng Christ.

Rô-ma 12:2
Phiên bản New King James
2 Đừng rập khuôn theo thế gian này, nhưng hãy biến đổi bằng cách đổi mới tâm trí mình, để có thể nhận biết đâu *là* ý muốn tốt lành, vừa lòng và trọn vẹn của Đức Chúa Trời.

2 Cô-rinh-tô 10:4-6
Thông điệp
3-6 Thế giới này vô nguyên tắc. Đó là một thế giới cạnh tranh khốc liệt! Thế giới không chiến đấu công bằng. Nhưng chúng ta không sống hay chiến đấu theo cách đó—chưa bao giờ và sẽ không bao giờ. Công cụ của chúng ta không phải để tiếp thị hay thao túng, mà là để phá hủy toàn bộ nền văn hóa tham nhũng tột độ đó. Chúng ta sử dụng những công cụ mạnh mẽ của Chúa để đập tan những triết lý lệch lạc, phá bỏ những rào cản dựng lên chống lại lẽ thật của Chúa, đưa mọi suy nghĩ, cảm xúc và xung động rời rạc vào cấu trúc cuộc sống được định hình bởi Chúa Kitô. Công cụ của

chúng ta luôn sẵn sàng để dọn sạch mọi chướng ngại vật và xây dựng cuộc sống vâng phục đến sự trưởng thành.

Rô-ma 12:2
Thông điệp
Hãy đặt cuộc đời bạn trước mặt Chúa.
12 1-2 Vậy nên, với sự giúp đỡ của Chúa, tôi muốn các bạn làm điều này: Hãy lấy cuộc sống thường nhật, bình dị của mình – cuộc sống ngủ nghỉ, ăn uống, đi làm và đi lại – và dâng nó lên trước mặt Chúa như một lễ vật. Đón nhận những gì Chúa làm cho bạn là điều tốt nhất bạn có thể làm cho Ngài. Đừng quá thích nghi với văn hóa xung quanh đến nỗi bạn hòa nhập vào đó mà không cần suy nghĩ. Thay vào đó, hãy tập trung vào Chúa. Bạn sẽ được thay đổi từ trong ra ngoài. Hãy sẵn sàng nhận ra điều Ngài muốn ở bạn và nhanh chóng đáp lại. Không giống như văn hóa xung quanh luôn kéo bạn xuống mức độ chưa trưởng thành của nó, Chúa mang lại những điều tốt đẹp nhất trong bạn, phát triển sự trưởng thành đúng đắn trong bạn.

6 giờ sáng, Lạy Cha, xin hãy phá đổ những thành trì trong tư tưởng, triết học và thế giới quan đang tự tôn mình chống lại chân lý của Ngài.

9 giờ sáng, tôi bắt giữ mọi ý tưởng nổi loạn, mọi lập luận văn hóa và mọi sự ràng buộc về tinh thần chống lại sự vâng phục Chúa Kitô.

12 giờ trưa: Hãy để sự đổi mới tư duy lan tỏa khắp học sinh, giáo viên và các tổ chức.

3 giờ chiều: Mọi sự kiêu ngạo học thuật chế nhạo Chúa và làm tha hóa khả năng phân định, hãy hạ mình xuống dưới ánh sáng thiêng liêng.

6 giờ chiều, lạy Chúa, xin giải thoát tâm trí khỏi những tổn thương, sự hoang mang, cám dỗ và sự giam cầm về mặt trí tuệ.

9 giờ tối, tôi ra lệnh rằng những người học Cơ Đốc phải suy nghĩ rõ ràng, dựa trên Kinh Thánh và can đảm.

12 giờ đêm: Hãy để lớp học trở thành nơi mà sự thật đánh tan sự dối trá và mục đích được khơi dậy.

3 giờ sáng, lạy Chúa, xin hãy chiếm hữu lại tâm trí của thế hệ này và hướng dẫn họ theo sự khôn ngoan của Ngài.

Ngày 30 - Núi Truyền Thông: Phơi bày những Tác phẩm Bí mật

Kinh Thánh: Ê-phê-sô 5:11-14; Lu-ca 8:17

Ê-phê-sô 5:11-14
Phiên bản New King James
[11] Và đừng có sự thông đồng nào với những việc làm vô ích
của bóng tối, nhưng [hãy vạch trần] chúng . [12] Vì ngay cả nói đến
những việc họ làm trong bí mật cũng là điều đáng xấu hổ. [13]
[Nhưng] mọi sự bị phơi bày đều được ánh sáng tỏ ra, vì bất cứ
điều gì làm cho tỏ ra đều là ánh sáng. [14 Vì vậy], Ngài phán:
"Hỡi những người đang ngủ, hãy tỉnh dậy,
hãy sống lại từ cõi chết, và Chúa Kitô sẽ ban ánh sáng cho
các ngươi."

Lu-ca 8:17
Phiên bản New King James
[17] Vì chẳng có điều gì bí mật mà không được tiết lộ, cũng
chẳng *có điều gì* giấu kín mà không được biết đến và đưa ra
ánh sáng.

Ê-phê-sô 5:11-16
Thông điệp
[11-16] Đừng lãng phí thời gian vào những việc vô bổ, những việc chỉ để làm cho có lệ, những theo đuổi tăm tối và vô ích. Hãy vạch trần những điều đó là giả dối. Thật là đáng xấu hổ khi người ta lãng phí cuộc đời mình vào những việc họ phải làm trong bóng tối, nơi không ai nhìn thấy. Hãy lột trần những trò lừa bịp đó và xem chúng trông hấp dẫn như thế nào dưới ánh sáng của Chúa Kitô.

Hãy tỉnh giấc khỏi giấc ngủ say,
hãy bước ra khỏi những chiếc quan tài của mình; Chúa Kitô sẽ soi sáng cho các ngươi!
Vì vậy, hãy cẩn thận từng bước. Hãy suy nghĩ thấu đáo. Hãy tận dụng tối đa mọi cơ hội bạn có được. Đây là thời điểm vô cùng khó khăn!

Lu-ca 8:17-18
Thông điệp
Những kẻ keo kiệt với những gì bạn nghe được
16-18 "Không ai thắp đèn rồi lấy chậu nước che lại hoặc giấu dưới gầm giường. Không, người ta đặt đèn trên giá đèn để người vào phòng có thể nhìn thấy đường đi. Chúng ta không giữ bí mật; chúng ta đang nói ra. Chúng ta không giấu giếm điều gì; chúng ta đang đưa *mọi thứ* ra ánh sáng. Vì vậy, hãy cẩn thận đừng trở nên keo kiệt với những gì mình nghe được. Sự rộng lượng sinh ra sự rộng lượng. Sự keo kiệt làm cho người ta nghèo đi."

6 giờ sáng, Lạy Cha, xin cho những hoạt động đen tối ẩn giấu trong các hệ thống thông tin được ánh sáng của Ngài vạch trần.

9 giờ sáng, tôi tuyên bố rằng không điều gì được che giấu nhằm thao túng quần chúng sẽ mãi mãi không thể giấu kín.

12 giờ trưa: Mọi liên minh bí mật sản sinh ra thông tin sai lệch, kích động và tham nhũng sẽ bị vạch trần.

3 giờ chiều , Lạy Chúa, xin hãy thức tỉnh những người tố cáo, những người nói lên sự thật và những người cải cách với lòng can đảm và sự bảo vệ.

6 giờ chiều: Hãy để những gì được tạo ra trong bóng tối nhằm gây nhầm lẫn, kiểm soát và làm tha hóa bị đưa ra xét xử công khai.

9 giờ tối, tôi từ bỏ nỗi sợ hãi trước đàn ông và cầu nguyện xin sự sáng suốt thiêng liêng trước những lời dối trá phức tạp.

12 giờ đêm: Hãy để các hệ thống truyền thông bị rung chuyển cho đến khi sự thật được thở và lẽ phải được lắng nghe.

3 giờ sáng, lạy Chúa, xin hãy trỗi dậy như Đấng tiết lộ mọi bí mật và vạch trần mọi hoạt động ngầm chống lại vương quốc của Ngài.

Ngày 31 - Đỉnh Cao Kinh Doanh: Vượt Qua Rào Cản Để Tăng Trưởng

Kinh Thánh: Sáng thế ký 50:20; Gióp 5:12

Sáng thế ký 50:20
Phiên bản New King James
20 Nhưng về phần các ngươi, các ngươi đã có ý làm điều ác đối với ta; *nhưng* Đức Chúa Trời đã biến điều đó thành điều tốt, để làm cho điều đó xảy ra như *ngày* nay, hầu cứu sống nhiều người.

Gióp 5:12
Phiên bản New King James
12 Ngài làm cho mưu kế của kẻ gian ác thất bại,
khiến tay chúng không thể thực hiện được kế hoạch của mình.

Sáng thế ký 50:20-21
Thông điệp
19-21 Giô-sép đáp: "Đừng sợ. Tôi làm việc cho Đức Chúa Trời sao? Các ông không thấy sao, các ông đã mưu tính ác với tôi, nhưng Đức Chúa Trời đã dùng chính những mưu tính ấy để làm điều tốt cho tôi, như các ông thấy xung quanh mình ngay bây giờ—sự sống cho nhiều người. Bình tĩnh nào, các ông không có gì phải sợ; tôi sẽ chăm sóc các ông và con cái các ông." Ông trấn an họ, nói chuyện chân thành với họ.

Gióp 5:12-16
Thông điệp

Thật là một phước lành khi Chúa sửa dạy bạn!

8-16 "Nếu tôi ở trong hoàn cảnh của bạn, tôi sẽ lập tức cầu nguyện với Chúa,
phó thác bản thân mình vào lòng thương xót của Ngài. Xét cho cùng, Ngài nổi tiếng với những hành động vĩ đại và bất ngờ; những điều bất ngờ của Ngài là vô tận. Ví dụ, Ngài ban mưa khắp trái đất rộng lớn, gửi nước để tưới tiêu đồng ruộng.
Ngài nâng đỡ những người khốn khổ,
ban chỗ đứng vững chắc cho những người đang chìm trong đau buồn. Ngài phá tan mưu đồ của những kẻ gian xảo, khiến không một âm mưu nào của chúng thành công. Ngài bắt quả tang những kẻ tự cho mình là biết tất cả trong những âm mưu của chúng— tất cả những mưu đồ phức tạp đó đều bị quét sạch cùng rác rưởi! Đột nhiên chúng mất phương hướng, chìm trong bóng tối; chúng không thể nhìn thấy để bước tiếp. Nhưng những người bị áp bức được Chúa cứu rỗi, được cứu khỏi những âm mưu giết người, được cứu khỏi nắm đấm sắt. Và vì vậy, người nghèo tiếp tục hy vọng, trong khi sự bất công bị trói buộc và bịt miệng."

6 giờ sáng, Lạy Cha, những điều kẻ thù định làm để gây hại về tài chính, kinh doanh và sự chu cấp, xin hãy biến chúng thành điều tốt lành cho vương quốc của Ngài.

9 giờ sáng: Hãy làm cho mưu đồ của kẻ gian xảo trở nên vô hiệu để chúng không thể thực hiện âm mưu chống lại chúng ta.

12 giờ trưa: Mọi thế lực chống đối đóng quân trước cửa ngõ tiến bộ, hãy bị lửa của Chúa thiêu rụi.

3 giờ chiều, tôi lên án sự trì hoãn, phá hoại, đưa tin ác ý, vu khống và chống đối ngầm đối với người lao động chính nghĩa.

6 giờ chiều, Lạy Chúa, xin ban cho dân Ngài ân huệ để dập tắt những tiếng nói thù địch và mở ra những cánh cửa chiến lược.

9 giờ tối , tôi tuyên bố sự thịnh vượng giữa lúc thù địch và sự tiến bộ bất chấp sự kháng cự.

12 giờ đêm. Hãy để sự hỗ trợ thầm lặng, các đồng minh thần thánh và những cơ hội hợp pháp bất ngờ xuất hiện để thúc đẩy sự phát triển của vương quốc.

3 giờ sáng, lạy Chúa, xin biến mọi sự chống đối có tổ chức thành bằng chứng về lòng trung tín và quyền năng của Ngài.

Ngày 32 - Núi Nghệ Thuật: Phá Vỡ Sự Quyến Rũ và Sự Thờ Cúng Thần Tượng

Kinh Thánh: Thi Thiên 69:22-28; 1 Giăng 5:21

Thi Thiên 69:22-28
Phiên bản New King James
22 Nguyện cho bàn ăn của chúng trở thành cái bẫy trước mặt chúng,
và sự thịnh vượng của chúng trở thành cái lưới.
23 Nguyện cho mắt chúng bị tối tăm, đến nỗi chúng không thấy;
và khiến thắt lưng chúng run rẩy liên tục.
24 Nguyện cho cơn thịnh nộ của Ngài đổ xuống trên chúng,
và nguyện cho cơn giận dữ của Ngài nắm lấy chúng.
25 Nguyện cho nơi ở của chúng bị hoang tàn;
nguyện cho không ai ở trong lều của chúng.
26 Vì chúng bắt bớ những *người* mà Ngài đã đánh phạt,
và nói xấu về nỗi đau khổ của những người mà Ngài đã làm bị thương.
27 Nguyện cho tội lỗi chồng chất tội lỗi của chúng,
và nguyện cho chúng không được vào sự công chính của Ngài.
28 Nguyện cho chúng bị xóa tên khỏi sách sự sống,
và không được ghi tên cùng với những người công chính.

1 Giăng 5:21
Phiên bản New King James
21 Hỡi các con nhỏ, hãy giữ mình khỏi thần tượng. Amen.

Thi Thiên 69:22-28

Thông điệp
22 Hãy để bữa tối của chúng là mồi nhử trong một cái bẫy sập nhanh;
hãy để những người bạn thân nhất của chúng là những người đặt bẫy, những người sẽ lột da chúng sống.
23 Hãy khiến chúng trở nên mù lòa như dơi,
hãy làm cho chúng run rẩy từ sáng đến tối.
24 Hãy cho họ biết bạn nghĩ gì về họ,
hãy trút cơn giận dữ tột độ của bạn lên họ.
25 Hãy đốt nhà của chúng,
bỏ mặc chúng hoang tàn không còn ai ở nhà.
26 Họ bàn tán về người mà anh đã sửa phạt,
bịa đặt chuyện về bất cứ ai bị Đức Chúa Trời làm tổn thương.
27. Hãy chất thêm tội lỗi lên vai họ,
đừng để họ thoát tội.
28 Hãy gạch tên họ khỏi danh sách những người còn sống;
Không có vinh dự nào được khắc trên đá dành cho họ giữa những người công chính.

1 Giăng 5:21
Thông điệp
18-21 Chúng ta biết rằng không ai trong số những người được Đức Chúa Trời sinh ra lại phạm tội – tội trọng. Những người được Đức Chúa Trời sinh ra cũng được Đức Chúa Trời bảo vệ. Ác Quỷ không thể động đến họ. Chúng ta biết rằng chúng ta được Đức Chúa Trời giữ vững; chỉ có những người thuộc về thế gian mới tiếp tục bị Ác Quỷ kìm kẹp. Và chúng ta biết rằng Con của Đức Chúa Trời đã đến để chúng ta có thể nhận ra và hiểu được chân lý của Đức Chúa Trời – một món quà tuyệt vời biết bao! – và chúng ta đang sống trong chính Chân lý đó, trong Con của Đức Chúa Trời, Chúa Giê-su Christ. Chúa Giê-su này vừa là Đức Chúa Trời chân

thật vừa là Sự Sống thật. Hỡi các con yêu dấu, hãy cảnh giác với mọi sự giả mạo khéo léo.

6 giờ sáng, lạy Cha, xin hãy lật đổ mọi bàn tiệc cám dỗ và mọi cạm bẫy được giăng ra qua văn hóa để gài bẫy lòng người.

9 giờ sáng, tôi từ bỏ những thần tượng về danh vọng, sự phù phiếm, dục vọng và tự tôn đang thống trị các không gian sáng tạo.

12 giờ trưa: Hãy để sự mê hoặc, sự say đắm với bóng tối và lòng tham nhũng mất dần quyền lực đối với quần chúng.

3 giờ chiều: Mọi bàn thờ tôn thờ thần tượng, làm cho sự thờ phượng xa rời Đức Chúa Trời, hãy bị phá bỏ.

6 giờ chiều , lạy Chúa, xin giải cứu các nghệ sĩ và khán giả khỏi sự ràng buộc của sự chấp thuận, sự thái quá và sự mù quáng về mặt tâm linh.

9 giờ tối, tôi tuyên bố rằng sự tê liệt về mặt đạo đức trong văn hóa sẽ bị phá vỡ bởi ánh sáng của Chúa Kitô.

12 giờ đêm. Hãy để niềm tin thiêng liêng soi sáng các rạp hát, trường quay, sân khấu và các kênh phát trực tuyến nơi bóng tối từng được tôn vinh.

3 giờ sáng, lạy Chúa, xin hãy giải phóng trí tưởng tượng khỏi những thần tượng và hướng khát vọng đến chân lý, vẻ đẹp và sự thờ phượng.

Ngày 33 - Lòng thương xót quốc gia và sự phục hồi giao ước

Kinh Thánh: Đa-ni-ên 9:1-19; 2 Sử ký 7:13-16

Đa-ni-ên 9:1-19
Phiên bản New King James
Lời cầu nguyện của Đa-ni-ên cho dân chúng
9 Năm đầu tiên của đời vua Đa-ri-út, con trai của A-ha-sê-
rơ, thuộc dòng dõi người Mê-đi, người được lập làm vua cai
trị vương quốc Can-đê— 2 trong năm đầu tiên trị vì của ông,
tôi, Đa-ni-ên, hiểu qua các sách số năm *được* Chúa phán qua
tiên tri Giê-rê-mi, rằng Ngài sẽ hoàn thành bảy mươi năm
trong sự hoang tàn của Giê-ru-sa-lem.
3 Bấy giờ tôi hướng mặt về Đức Chúa Trời để cầu xin bằng
lời cầu nguyện và nài xin, kèm theo kiêng ăn, mặc áo vải gai
và rắc tro lên. 4 Tôi cầu nguyện với Đức Chúa Trời của tôi,
xưng tội và nói rằng: "Lạy Chúa, Đức Chúa Trời vĩ đại và
đáng kính sợ, Đấng giữ giao ước và lòng thương xót của
Ngài với những người yêu mến Ngài và với những người
giữ các điều răn của Ngài, 5 chúng con đã phạm tội và làm
điều gian ác, chúng con đã làm điều ác và nổi loạn, thậm chí
đã lìa bỏ các điều răn và phán quyết của Ngài. 6 Chúng con
cũng không nghe theo các tôi tớ của Ngài là các tiên tri,
những người đã nói nhân danh Ngài với các vua và các quan
lại của chúng con, với các tổ phụ chúng con và toàn dân
trong xứ. 7 Lạy Chúa, sự công chính *thuộc* về Ngài, nhưng sự
xấu hổ thuộc về chúng con, như *ngày* nay—cho người Giu-
đa, cho dân cư Giê-ru-sa-lem và toàn dân Y-sơ-ra-ên, cả
những người ở gần và những người ở xa trong tất cả các
nước mà Ngài đã đuổi họ đến, vì sự bất trung mà họ đã
phạm nghịch cùng Ngài.

8 "Lạy Chúa, chúng con *đáng* hổ thẹn, các vua, các quan lại và
các tổ phụ chúng con cũng vậy, vì chúng con đã phạm tội
nghịch cùng Chúa. 9 Đức Chúa Trời chúng con *đáng được*
thương xót và tha thứ, mặc dù chúng con đã phản nghịch lại
Ngài. 10 Chúng con đã không vâng theo tiếng của Đức Chúa
Trời chúng con, không bước đi theo luật pháp của Ngài, là
luật pháp mà Ngài đã đặt ra cho chúng con qua các tôi tớ
của Ngài là các tiên tri. 11 Phải, toàn thể dân Y-sơ-ra-ên đã vi
phạm luật pháp của Ngài, và đã lìa bỏ Ngài mà không vâng
theo tiếng của Ngài; vì vậy, lời rủa sả và lời thề đã ghi trong
Luật Môi-se, tôi tớ của Đức Chúa Trời, đã đổ xuống trên
chúng con, vì chúng con đã phạm tội nghịch cùng Ngài. 12 Và
Ngài đã xác nhận lời Ngài đã phán chống lại chúng con và
chống lại các quan xét đã xét xử chúng con, bằng cách giáng
xuống chúng con một tai họa lớn; vì dưới cả trời chưa từng
có điều gì như điều đã xảy ra cho Giê-ru-sa-lem.
13 "Như *đã* chép trong Luật Môi-se, mọi tai họa này đã giáng
xuống trên chúng ta; thế mà chúng ta vẫn chưa cầu nguyện
trước mặt Chúa, Đức Chúa Trời chúng ta, để chúng ta từ bỏ
tội lỗi mình và hiểu biết lẽ thật của Ngài. 14 Vì vậy, Chúa đã
ghi nhớ tai họa đó và giáng xuống trên chúng ta; vì Chúa,
Đức Chúa Trời chúng ta, *là* công chính trong mọi việc Ngài
làm, mặc dù chúng ta đã không vâng phục tiếng Ngài. 15 Và
bây giờ, lạy Chúa, Đức Chúa Trời chúng ta, Đấng đã dùng
tay mạnh mẽ dẫn dân Ngài ra khỏi đất Ai Cập và làm cho
danh Ngài được tôn cao như *ngày* nay—chúng ta đã phạm
tội, chúng ta đã làm điều ác!"
16 "Lạy Chúa, theo sự công chính của Ngài, con cầu xin, xin
cho cơn giận và sự thịnh nộ của Ngài nguôi ngoai khỏi
thành Giê-ru-sa-lem, núi thánh của Ngài ; vì tội lỗi chúng
con và sự gian ác của tổ phụ chúng con, Giê-ru-sa-lem và
dân Ngài *là* sự sỉ nhục cho mọi *người* xung quanh chúng con.
17 Vậy nên, lạy Đức Chúa Trời chúng con, xin nghe lời cầu
nguyện và lời nài xin của tôi tớ Ngài, và vì cớ Chúa -xin cho

mặt Ngài chiếu sáng trên đền thánh của Ngài, là nơi hoang tàn. 18
Lạy Đức Chúa Trời con, xin hãy nghiêng tai và nghe; xin hãy mở mắt
và xem sự hoang tàn của chúng con và thành phố được gọi
bằng danh Ngài; vì chúng con không dâng lời cầu xin trước
mặt Ngài vì những việc làm công chính của chúng con,
nhưng vì lòng thương xót lớn lao của Ngài. 19 Lạy Chúa, xin
hãy nghe! Lạy Chúa, xin hãy tha thứ! Lạy Chúa, xin hãy lắng
nghe và hành động! Xin đừng chậm trễ vì cớ chính Ngài, lạy
Đức Chúa Trời con, vì thành phố và dân Ngài được gọi
bằng danh Ngài."

2 Sử ký 7:13-16
Phiên bản New King James
13 Khi Ta đóng cửa trời lại và không có mưa, hoặc khi Ta ra
lệnh cho châu chấu tàn phá đất đai, hoặc khi Ta giáng tai họa
dịch bệnh giữa dân Ta, 14 nếu dân Ta, là những người được
gọi bằng danh Ta, hạ mình xuống, cầu nguyện, tìm kiếm mặt
Ta, và từ bỏ những đường lối gian ác của mình, thì Ta sẽ
nghe từ trời, tha thứ tội lỗi của họ và chữa lành đất nước
của họ. 15 Bây giờ mắt Ta sẽ mở và tai Ta sẽ lắng nghe lời
cầu nguyện *dâng lên* tại nơi này. 16 Vì bây giờ Ta đã chọn và [a]
thánh hóa ngôi nhà này, để danh Ta được ở đó mãi mãi; và [b]
mắt Ta và [c] lòng Ta sẽ ở đó mãi mãi.

Đa-ni-ên 9:1-19
Thông điệp
Cam kết giao ước của Chúa
9 1-4 "Đa-ri-út, con trai của A-ha-sê-rơ, sinh ra là người Mê-đi,
lên làm vua xứ Ba-by-lôn. Năm đầu tiên triều đại của ông,
tôi, Đa-ni-ên, suy niệm Kinh Thánh, theo lời Đức Chúa Trời
phán với tiên tri Giê-rê-mi, về số năm Giê-ru-sa-lem phải bị
đổ nát, tức là bảy mươi năm. Tôi hướng về Đức Chúa Trời,
cầu xin câu trả lời—cầu nguyện tha thiết, nhịn ăn, mặc áo
vải thô để sám hối, và quỳ gối trong tro bụi. Tôi trút hết lòng

mình, bày tỏ tâm hồn mình cho Đức Chúa Trời, Đức Chúa
Trời của tôi:
4-8 "'Lạy Chúa, Đức Chúa Trời vĩ đại và cao cả. Ngài không
bao giờ dao động trong giao ước của mình, không bao giờ
bỏ rơi những người yêu mến Ngài và làm theo lời Ngài. Thế
mà chúng con đã phạm tội đủ mọi cách có thể tưởng tượng
được. Chúng con đã làm điều ác, nổi loạn, né tránh và đi
đường vòng khỏi con đường rõ ràng mà Ngài đã vạch ra.
Chúng con đã làm ngơ trước các tôi tớ của Ngài là các tiên
tri, những người đã rao giảng Lời Ngài cho các vua chúa và
các nhà lãnh đạo của chúng con, cha mẹ chúng con và toàn
dân trong xứ. Chúa đã làm mọi điều đúng đắn, nhưng tất cả
những gì chúng con có được trong cuộc đời mình chỉ là tội
lỗi và xấu hổ, tất cả chúng con—dân Giu-đa, công dân Giê-
ru-sa-lem, dân Y-sơ-ra-ên ở quê nhà và dân Y-sơ-ra-ên lưu
vong ở khắp mọi nơi chúng con bị đày đến vì sự phản bội
Ngài. Ồ vâng, Chúa ơi, chúng con đã bị phơi bày trong sự
xấu hổ của mình, tất cả chúng con—các vua chúa, các nhà
lãnh đạo, cha mẹ chúng con—trước toàn thế giới. Và điều
đó là xứng đáng, vì tội lỗi của chúng con.'"
9-12 "'Lòng thương xót là niềm hy vọng duy nhất của chúng
con, lòng thương xót của Ngài, Đấng Chủ Tể, Đức Chúa
Trời của chúng con, vì trong sự phản nghịch, chúng con đã
đánh mất quyền lợi của mình. Chúng con đã không chú ý
đến Ngài khi Ngài chỉ dạy chúng con cách sống, những lời
dạy rõ ràng được truyền đạt qua các tôi tớ của Ngài là các
tiên tri. Tất cả chúng con ở Israel đều phớt lờ những gì Ngài
phán. Chúng con đã bất chấp chỉ dẫn của Ngài và làm theo ý
mình. Và giờ đây chúng con đang phải trả giá: Lời nguyền
rủa nghiêm trọng được viết rõ ràng trong sự mặc khải cho
tôi tớ của Đức Chúa Trời là Môi-se đang thi hành giữa
chúng con, là hậu quả của tội lỗi chúng con chống lại Ngài.
Ngài đã làm cho chúng con và các nhà cầm quyền của chúng
con điều Ngài đã nói: Ngài đã mang đến thảm họa kinh

hoàng này cho chúng con, thảm họa tồi tệ nhất trong lịch sử—và lại ở Giê-ru-sa-lem!

13-14 "'Như đã được viết trong sách mặc khải của Đức Chúa Trời cho Môi-se, tai họa ập đến hoàn toàn. Không có gì bị giữ lại cả. Chúng con cứ tiếp tục phạm tội, không hề nghĩ đến Ngài, phớt lờ lời cảnh báo rõ ràng của Ngài, vì vậy Ngài không còn lựa chọn nào khác ngoài việc để tai họa ập xuống chúng con với toàn bộ sức mạnh. Ngài, Đức Chúa Trời của chúng con, hoàn toàn có quyền làm điều này vì chúng con đã ngoan cố và bất chấp Ngài mà phớt lờ.

15-17 "'Lạy Chúa, Ngài là Đức Chúa Trời của chúng con, vì Ngài đã giải cứu dân Ngài khỏi đất Ai Cập bằng quyền năng hiển hách—mọi người vẫn còn bàn tán về điều đó! Chúng con thú nhận rằng chúng con đã phạm tội, rằng chúng con đã sống đời sống xấu xa. Theo đường lối mà Ngài luôn làm để sửa chữa mọi sự, để sửa chữa con *người* , xin Ngài đừng nổi giận với Giê-ru-sa-lem, thành phố của chính Ngài, ngọn núi thánh của Ngài nữa. Chúng con biết rằng đó là lỗi của chúng con, tất cả là do tội lỗi của chúng con và tội lỗi của cha mẹ chúng con, và giờ đây chúng con là nỗi xấu hổ cho mọi người xung quanh. Chúng con là vết nhơ trong khu phố. Vậy xin Chúa lắng nghe lời cầu nguyện tha thiết này của tôi tớ Ngài. Xin thương xót Đền Thánh bị đổ nát của Ngài. Xin hành động theo bản chất của Ngài, chứ không phải theo bản chất của chúng con.'"

18 "'Lạy Chúa, xin hãy lắng tai nghe chúng con. Xin hãy mở mắt ra và nhìn kỹ thành phố đổ nát của chúng con, thành phố mang tên Ngài. Chúng con biết rằng chúng con không xứng đáng được Ngài lắng nghe. Lời cầu xin của chúng con là lòng thương xót của Ngài. Lời cầu nguyện này là niềm hy vọng cuối cùng và duy nhất của chúng con:

19 " 'Thưa chủ nhân, hãy lắng nghe chúng tôi!
Thưa chủ nhân, hãy tha thứ cho chúng tôi! Thưa chủ nhân, hãy nhìn chúng tôi và làm điều gì đó! Thưa chủ nhân, đừng

trì hoãn chúng tôi! Thành phố và người dân của ngài được đặt theo tên ngài: Ngài có trách nhiệm với chúng tôi!'

2 Sử ký 7:13-18

Thông điệp

12-18 Đêm đó, Đức Chúa Trời hiện ra với Sa-lô-môn và phán rằng: "Ta chấp nhận lời cầu nguyện của ngươi; phải, Ta đã chọn nơi này làm đền thờ tế lễ, làm nhà thờ phượng. Nếu Ta có bao giờ ngừng cho mưa rơi xuống, hoặc ra lệnh cho châu chấu ăn hết mùa màng, hoặc giáng tai họa xuống dân Ta, và dân Ta, dân được Đức Chúa Trời định đoạt, đáp lại bằng cách hạ mình, cầu nguyện, tìm kiếm sự hiện diện của Ta, và từ bỏ đời sống gian ác của họ, thì Ta sẽ ở đó sẵn sàng đón ngươi: Ta sẽ lắng nghe từ trời, tha thứ tội lỗi của họ, và phục hồi đất đai của họ. Từ nay trở đi, Ta luôn luôn chú ý ngày đêm đến những lời cầu nguyện dâng lên tại nơi này. Hãy tin Ta, Ta đã chọn và thánh hóa Đền thờ mà ngươi đã xây dựng: Danh Ta được đóng dấu trên đó mãi mãi; mắt Ta luôn dõi theo nó và lòng Ta luôn ở trong đó. Còn ngươi, nếu ngươi sống trong sự hiện diện của Ta như cha ngươi là Đa-vít đã sống, trong sạch trong lòng và hành động, sống đời sống Ta đã định sẵn cho ngươi, chăm chú vâng phục sự hướng dẫn và phán xét của Ta, thì Ta sẽ ủng hộ sự cai trị của ngươi trên Y-sơ-ra-ên—làm cho nó vững chắc." Điều này dựa trên một nền tảng vững chắc. Lời giao ước bảo đảm mà ta đã ban cho Đa-vít, cha ngươi, ta cũng ban cho ngươi, nghĩa là: 'Ngươi có thể tin chắc rằng sẽ luôn có một hậu duệ ngồi trên ngai vàng của Israel.'

6 giờ sáng, Lạy Chúa, chúng con thú nhận tội lỗi quốc gia, sự nổi loạn tập thể và lòng kiêu ngạo tập thể; chúng con cầu xin lòng thương xót vô biên của Ngài.

9 giờ sáng: Chúng con dâng lời cầu nguyện không phải vì sự công chính của chúng con, mà vì lòng thương xót của Ngài.

12 giờ trưa: Hãy để sự xấu hổ biến thành sự ăn năn và sự ăn năn biến thành sự phục hồi trên đất nước chúng ta.

3 giờ chiều: Mọi giao ước với sự bất công, đổ máu, thờ thần tượng và tham nhũng, hãy bị phá vỡ bởi lòng thương xót của Chúa.

6 giờ chiều Lạy Cha, xin lắng nghe, tha thứ, chú ý và hành động; xin đừng trì hoãn vì danh Ngài.

9 giờ tối, tôi tuyên bố rằng những nơi hoang tàn sẽ được Chúa ghi nhớ và được Ngài ân điển xây dựng lại.

12 giờ đêm: Hãy để sự khô hạn về tinh thần, sự sụp đổ xã hội và sự suy đồi đạo đức nhường chỗ cho sự chữa lành và cải cách.

3 giờ sáng, lạy Chúa, xin hãy nhớ đến dân Ngài, gìn giữ lời chứng của Ngài và phục hưng đất nước chúng con vì danh Ngài cao cả.

Ngày 34 - Truyền giảng Tin Mừng và Gặp gỡ những người chưa tin Chúa

Kinh Thánh: Lu-ca 2:32; Giăng 16:8

Lu-ca 2:32
Phiên bản New King James
32 Một ánh sáng để *soi* sáng cho dân ngoại,
và là vinh quang cho dân Israel của Ngài."

Giăng 16:8
Phiên bản New King James
8 Khi Ngài đến, Ngài sẽ cáo trách thế gian về tội lỗi, về sự công chính và về sự phán xét.

Lu-ca 2:32
Thông điệp
25-32 Bấy giờ, tại Giê-ru-sa-lem có một người tên là Si-mê-ôn, một người tốt lành, sống trong sự trông đợi và cầu nguyện cho dân Y-sơ-ra-ên. Đức Thánh Linh ở cùng ông. Đức Thánh Linh đã cho ông thấy rằng ông sẽ thấy Đấng Mê-si của Đức Chúa Trời trước khi chết. Được Đức Thánh Linh dẫn dắt, ông vào Đền thờ. Khi cha mẹ của Hài nhi Giê-su đem Hài nhi vào để làm các nghi lễ của Luật pháp, Si-mê-ôn bế Hài nhi vào lòng và chúc tụng Đức Chúa Trời:
Lạy Chúa, giờ đây Ngài có thể giải thoát tôi tớ Ngài;
hãy giải thoát con trong bình an như Ngài đã hứa. Chính mắt con đã thấy sự cứu rỗi của Ngài; giờ đây nó đã được bày tỏ rõ ràng cho mọi người cùng thấy: Một ánh sáng mặc khải về Đức Chúa Trời cho các dân tộc không phải người Do Thái, và là vinh quang cho dân tộc Israel của Ngài.

Giăng 16:8-11
Thông điệp
[8-11] "Khi Ngài đến, Ngài sẽ vạch trần sự sai lầm trong quan điểm về tội lỗi, sự công chính và sự phán xét của thế gian vô thần: Ngài sẽ cho họ thấy rằng việc họ từ chối tin vào Ta là tội lỗi cơ bản của họ; rằng sự công chính đến từ trên cao, nơi Ta ở cùng Cha , ngoài tầm nhìn và sự kiểm soát của họ; rằng sự phán xét diễn ra khi kẻ cai trị thế gian vô thần này bị đưa ra xét xử và bị kết tội.

6 giờ sáng Lạy Cha, xin cho ánh sáng của Chúa Kitô chiếu rọi vào bóng tối của sự vô tín, thờ ơ và sự ngoan cố chống đối.

9 giờ sáng: Hãy cáo trách tấm lòng về tội lỗi, sự công chính và sự phán xét, và gỡ bỏ bức màn che phủ những tâm trí mù quáng.

12 giờ trưa, tôi cầu nguyện cho những cuộc gặp gỡ thiêng liêng, những giấc mơ, những lần viếng thăm và những mặc khải không thể chối cãi về Chúa Giê-su Ki-tô.

3 giờ chiều: Mọi bức màn che phủ các gia đình, cộng đồng và dân tộc chưa tin, xin hãy bị xé toạc bởi lòng thương xót của Chúa.

6 giờ chiều, Lạy Chúa, xin hãy phá vỡ sự bình an giả tạo và sự nổi loạn thoải mái bằng niềm tin thánh thiện dẫn đến sự cứu rỗi.

9 giờ tối: Nguyện xin cho những người tìm kiếm tìm thấy Ngài, những kẻ nhạo báng bị bắt giữ bởi lẽ thật, và những người con hoang đàng được trở về nhà.

12 giờ đêm Hãy đào tạo những người làm chứng đầy lòng thương xót, sự rõ ràng và sức mạnh để rao giảng về Chúa Kitô một cách hiệu quả.

3 giờ sáng , lạy Chúa, xin ban cho những cuộc gặp gỡ biến kẻ thù thành sứ giả và những người hoài nghi thành người thờ phượng.

Ngày 35 - Chiến tranh cá nhân và sự thánh hóa

Kinh Thánh: Ê-phê-sô 6:10-18; Thi Thiên 139:23-24

Ê-phê-sô 6:10-18
Thông điệp
Một cuộc chiến đến cùng
10-12 Và đó là tất cả. Chúa rất quyền năng, và Ngài muốn bạn cũng mạnh mẽ. Vì vậy, hãy nắm lấy mọi thứ mà Chúa đã dành cho bạn, những vũ khí được chế tạo tốt nhất từ những vật liệu tốt nhất. Và hãy sử dụng chúng để bạn có thể chống lại mọi thứ mà ma quỷ ném vào bạn. Đây không phải là một cuộc chiến cuối tuần mà chúng ta sẽ bỏ đi và quên đi sau vài giờ. Đây là một cuộc chiến trường kỳ, một trận chiến sinh tử đến cùng chống lại ma quỷ và tất cả các thiên thần của nó.
13-18 Hãy chuẩn bị sẵn sàng. Bạn đang phải đối mặt với nhiều thử thách hơn khả năng tự mình vượt qua. Hãy đón nhận mọi sự giúp đỡ có thể, mọi vũ khí mà Chúa đã ban cho, để khi mọi chuyện kết thúc, bạn vẫn đứng vững. Chân lý, sự công chính, bình an, đức tin và sự cứu rỗi không chỉ là những lời nói suông. Hãy học cách áp dụng chúng. Bạn sẽ cần đến chúng suốt cuộc đời. Lời Chúa là một vũ khí *không thể thiếu* . Tương tự như vậy, cầu nguyện là điều thiết yếu trong cuộc chiến không ngừng nghỉ này. Hãy cầu nguyện tha thiết và lâu dài. Hãy cầu nguyện cho anh chị em mình. Hãy luôn cảnh giác. Hãy khích lệ tinh thần lẫn nhau để không ai bị tụt lại phía sau hay bỏ cuộc.

Thi Thiên 139:23-24
Thông điệp

[23-24] Lạy Chúa, xin hãy điều tra đời sống con,
tìm hiểu mọi điều về con; xin hãy xét xử và thử thách con,
để có được cái nhìn rõ ràng về con người con;
xin hãy tự mình xem xét xem con có làm điều gì sai trái
không—
rồi hãy dẫn dắt con trên con đường đến sự sống đời đời.

Ê-phê-sô 6:10-18
Phiên bản New King James
Toàn bộ áo giáp của Đức Chúa Trời
[10] Cuối cùng, hỡi anh em, hãy mạnh mẽ trong Chúa và trong
sức mạnh của Ngài. [11] Hãy mặc lấy toàn bộ áo giáp của Đức
Chúa Trời, để anh em có thể đứng vững chống lại [a] mưu
kế của ma quỷ. [12] Vì chúng ta không chiến đấu chống lại xác
thịt và huyết, nhưng chống lại các quyền lực, chống lại các
thế lực, chống lại những kẻ cai trị [b] bóng tối của thời đại
này, chống lại *các thế lực* tà ác trong cõi trời . [13] Vậy nên, hãy
mặc lấy toàn bộ áo giáp của Đức Chúa Trời, để các ngươi có
thể chống cự trong ngày gian ác, và sau khi đã làm xong mọi
việc, hãy đứng vững.
[14] Vậy, hãy đứng vững, thắt lưng bằng lẽ thật, mặc áo giáp
công chính, [15] và mang giày chuẩn bị cho Tin Mừng bình an;
[16] trên hết, hãy cầm khiên đức tin, nhờ đó mà anh em có thể
dập tắt mọi mũi tên lửa của kẻ ác. [17] Hãy đội mũ bảo hiểm
của sự cứu rỗi, và cầm gươm của Đức Thánh Linh, tức là
lời Đức Chúa Trời; [18] hãy luôn cầu nguyện với tất cả lòng
thành kính và nài xin trong Đức Thánh Linh, tỉnh thức để
đạt được mục đích này với tất cả sự kiên trì và nài xin cho
tất cả các thánh đồ—

Thi Thiên 139:23-24
Phiên bản New King James
[23] Lạy Đức Chúa Trời, xin dò xét con và biết lòng con;
xin thử thách con và biết những lo lắng của con;
[24] xin xem trong con

có đường lối gian ác nào không, và dẫn con đi trong đường lối đời đời.

6 giờ sáng, Lạy Chúa, xin dò xét con, thử thách con và vạch trần bất cứ điều gì trong con tạo điều kiện cho kẻ thù có chỗ đứng hợp pháp.

9 giờ sáng, tôi mặc lấy toàn bộ áo giáp của Đức Chúa Trời và từ chối mọi sự thỏa hiệp làm suy yếu quyền năng thuộc linh.

12 giờ trưa: Mọi liên minh nội tâm với nỗi sợ hãi, kiêu ngạo, dục vọng, cay đắng và sự hoài nghi, hãy bị phá vỡ ngay bây giờ.

3 giờ chiều: Hãy để những động cơ thầm kín, những ham muốn ô uế và những vết thương chưa lành được đặt dưới sự cai trị của Chúa Kitô.

6 giờ chiều, Lạy Cha, xin thanh tẩy lời nói của con, uốn nắn tư tưởng của con, và sắp xếp những ham muốn của con về chiến tranh và thờ phượng.

9 giờ tối , tôi tuyên bố rằng tôi sẽ không để thua trong các cuộc chiến riêng tư và cố gắng giành chiến thắng trước công chúng.

12 giờ đêm. Nguyện cho cuộc đời tôi trở thành cánh cổng đóng kín dẫn đến bóng tối và cánh cổng mở rộng dẫn đến Chúa Thánh Thần.

3 giờ sáng, lạy Chúa, xin thánh hóa con trọn vẹn và biến con thành một khí cụ thanh sạch để cầu thay một cách chiến lược.

Ngày 36 - Canh gác nửa đêm chống lại sự kháng cự

Kinh Thánh: Nê-hê-mi 4:9,13; Ma-thi-ơ 26:41

Nê-hê-mi 4:9
Phiên bản New King James
9 Tuy nhiên, chúng tôi đã cầu nguyện với Đức Chúa Trời của chúng tôi, và vì chúng mà chúng tôi đã canh gác chúng ngày đêm.

Nê-hê-mi 4:13
Phiên bản New King James
13 Vì vậy, tôi bố trí *người* ở phía sau các phần thấp hơn của bức tường, tại các lối vào; và tôi sắp xếp dân chúng theo từng gia tộc, với gươm, giáo và cung tên của họ.

Ma-thi-ơ 26:41
Phiên bản New King James
41 Hãy tỉnh thức và cầu nguyện, kẻo các ngươi sa vào cám dỗ. Tinh thần thì *sẵn* sàng, nhưng xác thịt *thì* yếu đuối."

Nê-hê-mi 4:9
Thông điệp
7-9 Khi Sanballat, Tobiah , người Ả Rập, người Ammon và người Ashdod nghe tin việc sửa chữa tường thành Giê-ru-sa-lem tiến triển tốt—các chỗ tường bị vỡ đang được sửa chữa—họ vô cùng tức giận. Họ bàn bạc với nhau và quyết định đánh chiếm Giê-ru-sa-lem, gây ra càng nhiều rắc rối càng tốt. Chúng ta đã cầu nguyện với Đức Chúa Trời và lập đội canh gác suốt ngày đêm để chống lại họ.

Nê-hê-mi 4:13-14

Thông điệp
13-14 Vậy nên ta đã bố trí lính canh có vũ trang ở những nơi dễ bị tấn công nhất trên tường thành và phân công người theo từng gia tộc với kiếm, giáo và cung tên. Sau khi xem xét tình hình, ta đứng dậy và nói với các quý tộc, quan lại và mọi người khác: "Đừng sợ chúng. Hãy hướng tâm trí về Đức Chúa tể, vĩ đại và đáng kính, rồi chiến đấu vì anh em, con trai, con gái, vợ con và gia đình của mình."

Ma-thi-ơ 26:41
Thông điệp
40-41 Khi trở lại với các môn đồ, Ngài thấy họ đang ngủ say. Ngài nói với Phi-e-rơ: "Các con không thể thức với Ta một giờ sao? Hãy tỉnh thức; hãy cầu nguyện để các con không sa vào cám dỗ mà không biết mình đang gặp nguy hiểm. Có một phần trong các con thì sốt sắng, sẵn sàng làm bất cứ điều gì cho Đức Chúa Trời. Nhưng cũng có một phần khác lười biếng như con chó già ngủ bên đống lửa vậy."

6 giờ sáng, lạy Cha, khi chúng con cầu nguyện và canh thức, xin Chúa ngăn chặn mọi sự tấn công cản trở sự tiến bộ của chúng con vào ban đêm.

9 giờ sáng, tôi nhận được ân điển để cảnh giác trước những cuộc tấn công tinh vi, sự mệt mỏi về tinh thần và sự kháng cự vô hình.

12 giờ trưa: Tất cả những kẻ Sanballat và Tobiah nói lời khinh miệt chống lại công cuộc tái thiết thiêng liêng, hãy im lặng.

3 giờ chiều: Hãy để mọi cạm bẫy được giăng ra trong những giờ khuya khoắt bị bại lộ trước khi chúng gây ra thiệt hại.

6 giờ chiều , Lạy Chúa, xin ban cho dân Ngài sự sáng suốt, lòng can đảm và sự tỉnh thức có kỷ luật.

9 giờ tối, tôi tuyên bố rằng sự phản đối sẽ không ngăn cản việc xây dựng, cầu nguyện hay sự ứng nghiệm của lời tiên tri.

12 giờ đêm: Mọi giao dịch lúc nửa đêm chống lại gia đình, nhiệm vụ và ơn gọi của tôi, hãy bị hủy bỏ bởi huyết của Chúa Giê-su.

3 giờ sáng, lạy Chúa, xin hãy thiết lập sự canh giữ và ban cho chúng con chiến thắng mọi sự chống đối trong mùa này.

Ngày 37 - Sự giải thoát lãnh thổ và sự trợ giúp của các thiên thần

Kinh Thánh: Thi Thiên 91:11-13; Công Vụ Các Tông Đồ 12:7-10

Thi Thiên 91:11-13
Phiên bản New King James
11 Vì Ngài sẽ sai các thiên sứ của Ngài trông nom các ngươi,
để giữ gìn các ngươi trong mọi đường lối của các ngươi.
12 Họ sẽ nâng đỡ các ngươi
trên *tay* [a], để các ngươi khỏi [b] vấp chân vào đá.
13 Các ngươi sẽ giẫm đạp lên sư tử và rắn hổ mang,
sẽ giày đạp sư tử con và rắn độc dưới chân.

Công vụ các Tông đồ 12:7-10
Phiên bản New King James
7 Bấy giờ, một thiên sứ của Chúa hiện ra bên cạnh *ông*, và
một ánh sáng chiếu rọi trong ngục; thiên sứ đánh vào sườn
Phi-e-rơ và đỡ ông dậy, phán rằng: "Hãy mau đứng dậy!" Và
xiềng xích rơi khỏi tay *ông* . 8 Bấy giờ thiên sứ phán cùng ông:
"Hãy thắt lưng và xỏ dép vào"; ông liền làm theo. Thiên sứ
lại phán: "Hãy mặc áo vào và theo ta". 9 Vậy ông đi ra và
theo thiên sứ, ông không biết điều thiên sứ làm là thật,
nhưng tưởng mình đang thấy một khải tượng. 10 Khi đã qua
trạm canh gác thứ nhất và thứ hai, họ đến cổng sắt dẫn vào
thành, cổng tự động mở ra cho họ; họ đi ra và đi xuống một
con phố, thì lập tức thiên sứ liền rời khỏi ông.

Thi Thiên 91:11-13
Thông điệp

91 1-13 Hỡi những người ngồi trước mặt Đức Chúa Trời Tối Cao,
ngủ đêm dưới bóng của Đức Chúa Trời, hãy nói rằng: "Lạy Chúa, Ngài là nơi nương náu của con.
Con tin cậy Ngài và con được an toàn!"
Phải vậy—Ngài giải cứu bạn khỏi những cạm bẫy ẩn giấu, che chở bạn khỏi những hiểm nguy chết người. Cánh tay giang rộng của Ngài bảo vệ bạn—dưới đó bạn hoàn toàn an toàn; cánh tay Ngài đẩy lùi mọi tai họa. Đừng sợ hãi điều gì—không phải sói rừng trong đêm, không phải mũi tên bay trong ngày, không phải bệnh tật rình rập trong bóng tối, không phải tai họa bùng phát giữa trưa. Dù những người khác gục ngã xung quanh, chết như ruồi nhặng khắp nơi, nhưng không điều gì có thể làm hại bạn. Bạn sẽ đứng vững, quan sát tất cả từ xa, nhìn kẻ ác biến thành xác chết. Phải, bởi vì Đức Chúa Trời là nơi nương náu của bạn, Đức Chúa Trời Tối Cao là chính ngôi nhà của bạn, điều ác không thể đến gần bạn, tai họa không thể lọt qua cửa. Ngài đã truyền lệnh cho các thiên sứ của Ngài canh giữ bạn bất cứ nơi nào bạn đi. Nếu bạn vấp ngã, họ sẽ đỡ bạn; Nhiệm vụ của chúng là giữ cho bạn khỏi bị ngã. Bạn sẽ đi lại an toàn giữa sư tử và rắn, và có thể đá những con sư tử và rắn con ra khỏi đường đi.

Công vụ các Tông đồ 12:7-11
Thông điệp
7-9 Bỗng nhiên có một thiên thần xuất hiện bên cạnh ông và ánh sáng tràn ngập căn phòng. Thiên thần lay Peter dậy và đỡ ông: "Mau lên!" Còng tay rơi khỏi cổ tay ông. Thiên thần nói: "Mặc quần áo vào. Xỏ giày vào." Peter làm theo. Rồi: "Cầm áo khoác và chúng ta ra khỏi đây." Peter đi theo, nhưng không tin đó thực sự là một thiên thần—ông nghĩ mình đang mơ.

10-11 Sau khi vượt qua người lính canh đầu tiên rồi người lính canh thứ hai, họ đến cổng sắt dẫn vào thành. Cổng tự động mở ra trước mặt họ, và họ ra đến đường phố, tự do như gió. Tại ngã tư đầu tiên, thiên sứ rời bỏ ông, đi theo con đường riêng của mình. Lúc đó, Phi-e-rơ nhận ra đó không phải là giấc mơ. "Tôi không thể tin được—việc này thực sự đã xảy ra! Chúa đã sai thiên sứ của Ngài đến và giải cứu tôi khỏi mưu đồ độc ác của Hê-rốt và cảnh tượng mà đám đông người Do Thái đang mong chờ."

6 giờ sáng, Lạy Cha, xin hãy truyền lệnh cho các thiên thần của Ngài bảo vệ chúng con trong mọi đường lối của chúng con trong suốt thời gian ăn chay này và cả sau này.

9 giờ sáng, tôi ra lệnh rằng sự áp bức lãnh thổ, các cuộc tấn công phối hợp và sự đe dọa ngầm sẽ không được phép thắng thế.

12 giờ trưa: Hãy để ánh sáng soi rọi những nhà tù, những căn phòng bí mật và những vùng lãnh thổ bị giam cầm nơi bóng tối thống trị.

3 giờ chiều: Mọi cánh cổng sắt ngăn cản mùa tiếp theo của chúng ta đều mở ra theo lệnh của thần thánh.

6 giờ chiều , Lạy Chúa, xin cho xiềng xích được giải thoát khỏi các nhà lãnh đạo, những người cầu nguyện, các gia đình và các vùng miền đang bị giam cầm lâu dài.

9 giờ tối, tôi giẫm lên sư tử, rắn độc, rắn hổ mang và mọi mưu đồ hiểm độc của kẻ thù.

12 giờ đêm Hãy để các thiên thần hộ tống các nhiệm vụ của vương quốc và làm thất bại các âm mưu của Sa-tan.

3 giờ sáng, lạy Chúa, xin cho sự giải cứu trở nên hữu hình, rõ ràng và không thể phủ nhận giữa chúng con.

Ngày 38 - Mùa gặt, những vùng đất trù phú và sự phục hồi

Kinh Thánh: Ê-sai 60:5-7; Thi Thiên 66:12

Ê-sai 60:5-7
Phiên bản New King James
5 Bấy giờ các ngươi sẽ thấy và rạng rỡ,
lòng các ngươi sẽ tràn ngập niềm vui; vì sự giàu có của biển
cả sẽ thuộc về các ngươi, sự thịnh vượng của các dân ngoại
sẽ đến với các ngươi.
6 Bầy lạc đà sẽ bao phủ *đất nước các ngươi,*
những con lạc đà một bướu của Midian và Ephah; tất cả
những người từ Sheba sẽ đến; họ sẽ mang vàng và hương
trầm đến, và họ sẽ rao truyền lời ngợi khen Chúa.
7 Tất cả các bầy chiên của Kedar sẽ được quy tụ lại với các
ngươi,
những con chiên đực của Nebaioth sẽ phục vụ các ngươi;
chúng sẽ được chấp nhận trên bàn thờ của Ta, và Ta sẽ tôn
vinh nhà vinh quang của Ta.

Thi Thiên 66:12
Phiên bản New King James
12 Chúa đã khiến người ta cưỡi ngựa trên đầu chúng con;
Chúng con đã trải qua lửa và nước; Nhưng Chúa đã đưa
chúng con ra đến sự viên mãn dồi dào.

Ê-sai 60:5-7

Thông điệp

Những người trở về dự buổi họp mặt

60 [1-7] "Hỡi Giê-ru-sa-lem, hãy thức dậy!

Tỉnh giấc đi. Hãy hướng mặt về phía ánh mặt trời. Vinh quang rực rỡ của Đức Chúa Trời đã mọc lên cho ngươi. Cả trái đất chìm trong bóng tối, muôn người chìm trong bóng tối sâu thẳm, nhưng Đức Chúa Trời mọc lên trên ngươi, vinh quang bình minh của Ngài chiếu rọi trên ngươi. Các dân tộc sẽ đến với ánh sáng của ngươi, các vua sẽ đến với sự rạng rỡ như mặt trời của ngươi. Hãy ngước nhìn lên! Hãy nhìn xung quanh! Hãy quan sát khi họ tụ họp, hãy quan sát khi họ đến gần ngươi: Con trai ngươi từ những nơi xa xôi trở về, con gái ngươi được các vú nuôi bế. Khi ngươi thấy họ đến, ngươi sẽ mỉm cười—nụ cười thật tươi! Lòng ngươi sẽ tràn ngập và, vâng, vỡ òa! Tất cả những người trở về bằng đường biển để đoàn tụ, một mùa gặt bội thu của những người lưu vong được tập hợp từ các quốc gia! Và rồi những dòng lữ đoàn lạc đà trải dài đến tận chân trời, những con lạc đà non của những người du mục ở Midian và Ephah, đổ về từ phía nam từ Sheba, chất đầy vàng và nhũ hương, rao giảng lời ca ngợi Đức Chúa Trời. Và vâng, một đàn gia súc lớn từ những người du mục ở Kedar và Nebaioth , những món quà chào đón cho sự thờ phượng Tại bàn thờ của tôi, khi tôi tắm mình trong sự huy hoàng của Ngôi Đền tráng lệ của tôi.

Thi Thiên 66:12

Thông điệp

[8-12] Hỡi các dân tộc,

hãy ngợi khen Đức Chúa Trời chúng ta! Hãy hoan hô Ngài bằng tiếng reo vang! Chẳng phải Ngài đã dẫn dắt chúng ta trên con đường sự sống sao? Chẳng phải Ngài đã giữ chúng ta khỏi vực sâu sao? Trước hết, Ngài đã rèn giũa chúng ta,

như bạc được tôi luyện qua lửa luyện,
đưa chúng ta đến vùng đất khắc nghiệt,
đẩy chúng ta đến giới hạn cuối cùng, thử thách chúng ta từ trong ra ngoài, đưa chúng ta xuống địa ngục rồi trở về; Cuối cùng, Ngài đã đưa chúng ta đến nơi trù phú này.

6 giờ sáng, Lạy Cha, xin dẫn dắt chúng con đến nơi giàu có sau những mùa đầy áp lực, gian khổ và chiến tranh.

9 giờ sáng: Hãy chỉ huy các nguồn tài nguyên trên đất liền và trên biển để phục vụ mục đích của vương quốc và sự quản lý công chính.

12 giờ trưa: Mọi chướng ngại vật tại cổng mùa gặt, hãy được dỡ bỏ bởi quyền năng của Chúa Giê-su Ki-tô.

3 giờ chiều Hãy để những năm tháng đã lãng phí, những cơ hội bị trì hoãn và những lợi thế bị đánh cắp được bù đắp bằng sự gia tăng.

6 giờ chiều, Lạy Chúa, xin hãy quy tụ nguồn lực cho công tác truyền giáo, lòng thương xót, việc đào tạo môn đồ và tác động đến các thế hệ mai sau.

9 giờ tối, tôi ra lệnh rằng mùa màng sẽ không chết trên đồng ruộng và lương thực sẽ không thiếu thốn trên đường đi.

12 giờ đêm: Hãy để các quốc gia đóng góp của cải của mình vào công cuộc cứu chuộc của Chúa.

3 giờ sáng, lạy Chúa, xin ban cho mùa này sự phục hồi hữu hình, sự gia tăng hợp pháp và lời chứng.

Ngày 39 - Bảy ngọn núi dưới sự cai trị của Chúa Kitô

Kinh Thánh: Ma-thi-ơ 6:10; Khải Huyền 11:15

Ma-thi-ơ 6:10
Phiên bản New King James
10 Nước Cha đến.
Ý Cha được thực hiện dưới đất cũng như *trên* trời.

Khải Huyền 11:15
Phiên bản New King James
Tiếng kèn thứ bảy: Nước Trời được loan báo
15 Bấy giờ thiên sứ thứ bảy thổi kèn: Có tiếng lớn vang lên trên trời, rằng: "Các [a] vương quốc của thế gian này đã trở thành *vương quốc* của Chúa chúng ta và của Đấng Christ của Ngài, và Ngài sẽ trị vì đời đời!"

Ma-thi-ơ 6:10-13
Thông điệp
7-13 "Thế giới này đầy rẫy những người tự xưng là chiến binh cầu nguyện nhưng lại thiếu hiểu biết về cầu nguyện. Họ đầy rẫy những công thức, chương trình và lời khuyên, rao bán các kỹ thuật để đạt được điều mình muốn từ Chúa. Đừng tin vào những điều vô nghĩa đó. Đây là Cha của bạn , và Ngài biết rõ hơn bạn điều bạn cần. Với một Đức Chúa Trời yêu thương bạn như vậy, bạn có thể cầu nguyện rất đơn giản. Như thế này:
Lạy Cha trên trời,
xin tỏ bày Cha là ai. Xin sửa đổi thế giới; Xin làm điều tốt nhất – như trên trời, như dưới đất. Xin cho chúng con được sống với ba bữa ăn đầy đủ.

Xin giữ cho chúng con luôn được tha thứ bởi Cha và biết tha thứ cho người khác.
Xin bảo vệ chúng con khỏi chính mình và khỏi ma quỷ. Cha là người nắm quyền! Cha có thể làm bất cứ điều gì Cha muốn! Vẻ đẹp của Cha rực rỡ! Vâng. Vâng. Vâng.

Khải Huyền 11:15-18
Thông điệp
Tiếng kèn cuối cùng vang lên
15-18 Thiên sứ thứ bảy thổi kèn. Một dàn hợp xướng vang dội trên trời cất lên tiếng hát,
Vương quốc thế gian nay thuộc về
Vương quốc của Đức Chúa Trời và Đấng Mê-si của Ngài!
Ngài sẽ trị vì đời đời!
Hai mươi bốn trưởng lão ngồi trước mặt Đức Chúa Trời trên ngai vàng của họ quỳ xuống, thờ phượng và hát thánh ca.
Chúng con tạ ơn Chúa, Đức Chúa Trời Toàn Năng, Đấng Hiện Hữu và Đấng Đã Hiện Hữu. Chúa đã nắm lấy quyền năng vĩ đại của Ngài và cai trị! Các quốc gia giận dữ giờ đây sẽ nếm trải cơn thịnh nộ *của Ngài* .
Thời điểm phán xét người chết đã đến, để ban thưởng cho các tôi tớ của Ngài, tất cả các tiên tri và thánh nhân, ban thưởng cho người nhỏ và người lớn kính sợ Danh Ngài, và tiêu diệt những kẻ hủy diệt thế gian.

6 giờ sáng, Lạy Cha, xin cho Nước Cha đến và ý Cha được thực hiện trên khắp các lĩnh vực tôn giáo, gia đình, giáo dục, chính phủ, truyền thông, nghệ thuật và kinh doanh.

9 giờ sáng, tôi tuyên bố rằng mọi ngọn núi quyền lực của con người đều phải cúi đầu trước sự cai trị của Chúa Giê-su Ki-tô.

12 giờ trưa: Mọi ngai vàng bóng tối chiếm giữ các khu vực chiến lược, hãy bị rung chuyển và quét sạch.

3 giờ chiều: Hãy để những người cải cách, xây dựng, cầu nguyện và lãnh đạo chính trực hiện diện trong mọi lĩnh vực.

6 giờ chiều , Lạy Chúa, xin hãy đồng bộ hóa lời cầu nguyện, lời tiên tri, chiến lược và hành động để biến đổi lãnh thổ.

9 giờ tối, tôi tuyên bố rằng không ngọn núi nào quá bị chiếm đóng đến mức không thể được giải phóng và không hệ thống nào quá cứng rắn đến mức không thể bị can thiệp bởi thần thánh.

12 giờ đêm: Hãy để âm thanh của thiên đường lấn át tiếng nói của Babylon trong mọi không gian văn hóa và dân sự.

3 giờ sáng, lạy Chúa, xin hãy chiếm lấy bảy ngọn núi cho vinh quang của Ngài và thiết lập chứng ngôn vương quốc bền vững trên trái đất.

Ngày thứ 40 - Lễ Tạ ơn, Lễ kết thúc và Lễ bàn giao

Kinh Thánh: Thi Thiên 126:1-6; Hê-bơ-rơ 7:25

Thi Thánh vịnh 126

Phiên bản New King James
Trở về Si-ôn trong niềm vui
Bài ca thăng thiên.
126 Khi Chúa đem dân Si-ôn trở về
[a], chúng tôi như người đang mơ.
2 Miệng chúng tôi đầy tiếng cười,
lưỡi chúng tôi đầy tiếng hát. Bấy giờ người ta nói giữa các [b]
dân tộc rằng:
"Chúa đã làm những việc lớn lao cho họ."
3 Chúa đã làm những việc lớn lao cho chúng ta,
và chúng ta vui mừng.
4 Xin Chúa giải thoát chúng con khỏi cảnh tù đày,
như những dòng suối ở phương Nam.
5 Ai gieo trong nước mắt
sẽ gặt hái trong niềm vui.
6 Ai cứ đi [c] mà khóc lóc,
mang [d] hạt giống để gieo,
chắc chắn sẽ trở lại [e] với niềm vui,
mang theo bó lúa của mình .

Hê-bơ-rơ 7:25
Phiên bản New King James
25 Vì vậy, Ngài cũng có thể cứu rỗi [a] đến cùng những người
đến với Đức Chúa Trời qua Ngài, vì Ngài hằng sống để cầu
thay cho họ.

Thi Thánh vịnh 126
Thông điệp
126 1-3 Dường như đó là một giấc mơ, quá tốt để có thể là sự thật,
khi Đức Chúa Trời đưa những người bị lưu đày của Si-ôn trở về. Chúng tôi cười, chúng tôi hát, chúng tôi không thể tin vào vận may của mình. Chúng tôi là chủ đề bàn tán của các dân tộc — " Đức Chúa Trời thật tuyệt vời với họ!"
Đức Chúa Trời *thật* tuyệt vời với chúng tôi;
chúng tôi là một dân tộc hạnh phúc.
4-6 Và giờ đây, lạy Chúa, xin hãy làm điều đó một lần nữa—
xin hãy mang mưa đến cho cuộc sống khô hạn của chúng con, để những người gieo trồng trong tuyệt vọng sẽ reo lên "Vâng!" khi mùa gặt đến, để những người ra đi với lòng nặng trĩu sẽ trở về nhà với nụ cười rạng rỡ, tay ôm đầy phước lành.

Hê-bơ-rơ 7:25
Thông điệp
23-25 Trước kia có rất nhiều thầy tế lễ, vì họ chết đi và cần được thay thế. Nhưng chức tư tế của Chúa Giê-su là vĩnh cửu. Ngài hiện hữu từ nay đến muôn đời để cứu rỗi tất cả những ai đến với Đức Chúa Trời qua Ngài, luôn luôn làm nhiệm vụ bênh vực họ.

6 giờ sáng, Lạy Cha, chúng con cảm tạ Ngài vì công sức cầu nguyện của chúng con không hề vô ích và hạt giống chúng con gieo sẽ trở về cùng mùa gặt.

9 giờ sáng Chúng ta chúc tụng Chúa Giê-su Ki-tô, Đấng trung bảo muôn đời của chúng ta, Đấng hằng sống để cầu thay cho chúng ta.

12 giờ trưa, tôi niêm phong mọi câu trả lời, bước đột phá, sự giải thoát và giao dịch thiêng liêng được hoàn thành trong thời gian nhịn ăn này.

3 giờ chiều: Nguyện xin những gì đã được hình thành trong lời cầu nguyện được gìn giữ khỏi sự trộm cắp, hư hỏng và mất mát sớm.

6 giờ chiều, Lạy Chúa, xin hãy ban cho chúng con ơn phước lành mới mẻ, tầm nhìn rõ ràng và thẩm quyền đã được kiểm chứng sau khi chúng con kiêng ăn.

9 giờ tối, tôi tuyên bố rằng mùa này sẽ mang lại kết quả là sự cầu nguyện bền vững, chứ không phải là lòng nhiệt thành nhất thời; là hoa trái bền vững, chứ không phải là cảm xúc nhất thời.

12 giờ đêm. Hãy để những lời chứng về sự chữa lành, sự cứu rỗi, sự phục hồi, sự chu cấp và sự cải cách được nhân lên sau khi kiêng ăn này.

3 giờ sáng, lạy Chúa, xin hãy hoàn thành những gì Ngài đã bắt đầu trong chúng con, qua chúng con và xung quanh chúng con, và nguyện cho vinh quang chỉ thuộc về Ngài.

Phần kết luận

Kiên định giữ vững vị trí trong khoảng trống

Trong suốt bốn mươi ngày cầu nguyện và kiêng ăn này, các tín hữu đã chủ động đặt mình trước mặt Chúa để cầu thay cho Giáo hội, các nhà lãnh đạo và các quốc gia.

Cầu thay không chỉ đơn thuần là những lời nói trong lời cầu nguyện. Đó là việc đứng vững giữa trời và đất, tin tưởng rằng ý định của Chúa có thể biến đổi cuộc sống, cộng đồng và toàn bộ quốc gia.

Tiên tri Ê-xê-chi-ên đã ghi lại tấm lòng của Đức Chúa Trời khi Ngài phán rằng:

"Ta tìm kiếm trong số họ một người có thể xây dựng bức tường và đứng vững trước mặt Ta để bảo vệ đất nước." (Ê-xê-chi-ên 22:30)

Lời mời này vẫn còn hiệu lực cho đến ngày nay.

Chúa vẫn luôn tìm kiếm những người cầu nguyện—không chỉ cho nhu cầu cá nhân của họ, mà còn cho vận mệnh của Giáo hội và tương lai của các quốc gia.

Trong suốt hai mươi năm qua, thời gian canh thức bốn mươi ngày này—từ **ngày 17 tháng 3 đến ngày 25 tháng 4** —đã được coi là mùa cầu nguyện chuyên tâm. Điều bắt đầu như một lời kêu gọi cầu nguyện cá nhân đã trở thành gánh nặng chung của các tín hữu, những người nhận thức được tầm quan trọng của việc cầu nguyện cho sự hướng dẫn tâm linh của thế giới chúng ta.

Qua những lời cầu nguyện này, chúng ta xin Chúa củng cố Giáo Hội của Ngài, hướng dẫn các vị lãnh đạo bằng sự khôn ngoan và công chính, và thu hút nhiều người chưa từng biết đến Ngài vào cuộc gặp gỡ cứu rỗi với Chúa Giê-su Ki-tô.

Những lời cầu nguyện trong cuốn sách này không phải là kết thúc của sự cầu thay. Chúng là sự khởi đầu.

Lời kêu gọi đứng ra bảo vệ lẽ phải vẫn tiếp tục sau bốn mươi ngày này.

Gia đình cần được cầu nguyện.

Các nhà thờ cần cầu nguyện.

Cộng đồng cần cầu nguyện.

Các quốc gia cần cầu nguyện.

Và bảy lĩnh vực ảnh hưởng chính—tôn giáo, gia đình, giáo dục, chính phủ, truyền thông, nghệ thuật và văn hóa, và kinh doanh—đều cần những người có đức tin kiên định tìm kiếm sự khôn ngoan và sự can thiệp của Chúa.

Khi kết thúc kỳ canh thức bốn mươi ngày này, hãy nhớ rằng Đức Thánh Linh vẫn tiếp tục hướng dẫn lời cầu nguyện của dân Chúa. Chính Chúa Giê-su Ki-tô cầu thay trước mặt Đức Chúa Cha, và các tín hữu khắp nơi được mời gọi tham gia vào chức vụ thiêng liêng đó.

Nguyện xin Chúa củng cố lòng thành kính của bạn trong việc cầu nguyện.

Nguyện cho cuộc sống của bạn luôn là một ngôi đền sống động, nơi Thánh Linh của Đức Chúa Trời ngự trị.

Nguyện xin tiếng nói của bạn tiếp tục vang vọng trước thiên đường thay mặt cho Giáo hội và các quốc gia.

Nguyện cho Nước Thiên Chúa được lan rộng trong mọi lĩnh vực ảnh hưởng của con người.

Thông điệp vẫn rất rõ ràng:

Hãy đứng vững giữa những người cần cầu nguyện. Hãy cầu nguyện không ngừng. Hãy tin tưởng vào sự biến đổi của các quốc gia.

Hãy tham gia Phong trào Cầu nguyện Toàn cầu

Lời kêu gọi tới 10 triệu người cầu nguyện thay cho người khác

Nhiệm vụ cầu nguyện này không nhằm mục đích thực hiện một mình.
Chúa đang gây dựng một **cộng đồng những người cầu thay trên toàn cầu,** những người sẽ đứng ra cầu thay cho Giáo hội, cho các nhà lãnh đạo và cho các quốc gia.

Thông qua cuốn sách nhỏ này, các tín đồ trên khắp thế giới được mời gọi tham gia vào một **phong trào cầu nguyện đang phát triển với hơn 10 triệu chiến binh cầu nguyện** cam kết tìm kiếm Chúa để biến đổi các quốc gia.

Bạn được mời tham gia một trong những cộng đồng trang bị của chúng tôi và tiếp tục phát triển trong cầu nguyện, học hỏi và hình thành đời sống tâm linh.

Kết nối với cộng đồng trang bị của chúng tôi
Hãy tham gia bất kỳ cộng đồng sôi nổi nào của chúng tôi dựa trên sở thích tâm linh của bạn.
10 Triệu – Cộng đồng trang bị cầu nguyện
Facebook
https://www.otakada.org/facebookintercessory

Trường Chúa Thánh Thần – Cộng đồng môn đệ
Facebook
https://www.otakada.org/facebookholyghostschool

Telegram
https://t.me/holyghostschooldiscipleship

10 triệu người cầu nguyện trang bị cho cộng đồng
WhatsApp
https://www.otakada.org/whatsappintercessory

"Chúng ta là một trong Chúa Giêsu Kitô"
Cộng đồng WhatsApp của God's Eagle Ministries (GEM)
Cộng đồng 1
https://www.otakada.org/whatsappcommunity1
Cộng đồng 2
https://www.otakada.org/whatsappcommunity2

Ghé thăm cửa hàng trực tuyến của chúng tôi
Khám phá bộ sưu tập sách và tài liệu Cơ Đốc giáo đầy cảm hứng của chúng tôi, được thiết kế để trang bị cho tín đồ trong việc cầu nguyện, học hỏi và phục vụ Vương quốc Chúa.
Mua sắm tại đây:
https://shop.otakada.org

Hẹn gặp lại ở phía bên kia
Hội thánh God's Eagle Ministries (GEM) -
Một cộng đồng cho thời kỳ cuối cùng
Trang web:
https://www.otakada.org
Gửi email đến địa chỉ
ambassador@otakada.org
Trân trọng,
Ban Chào mừng

LỜI KÊU GỌI HÀNH ĐỘNG

Hợp tác vì mùa thu hoạch

Khi khép lại cuốn sách này, chúng tôi mời bạn tiếp tục cuộc hành trình thêm một bước nữa—không chỉ trong cuộc sống của chính bạn, mà còn đến với cuộc sống của vô số người khác trên khắp các quốc gia.

Nếu những thông điệp từ God's Eagle Ministries (GEM) đã củng cố, thức tỉnh hoặc định hướng lại tấm lòng của bạn, chúng tôi khiêm tốn mời bạn cầu nguyện và xem xét **việc hợp tác với chúng tôi vì mùa gặt** . Thế giới đang khao khát lẽ thật, hy vọng và tiếng nói dịu dàng nhưng không thể nhầm lẫn của Chúa Thánh Linh, và cùng nhau chúng ta có thể đưa những thông điệp này đến nơi cần thiết nhất.

Chúng tôi tin rằng truyền thông không chỉ đơn thuần là công nghệ—nó là một **mạng lưới tâm linh** được giăng sâu vào các quốc gia, làng mạc, thành phố và những nơi khuất nẻo. Thông qua phim ảnh, video, phát thanh và truyền giáo kỹ thuật số, GEM đang tiếp cận những người có thể không bao giờ bước chân vào nhà thờ, nhưng tấm lòng họ rộng mở để gặp gỡ Chúa Kitô hằng sống.

Sự hợp tác của bạn giúp chúng tôi:

1. Sản xuất nội dung phim và video tràn đầy cảm hứng. Những câu chuyện và lời dạy chữa lành, truyền cảm hứng và bày tỏ tình yêu của Chúa Giê-su một cách rõ ràng, dễ hiểu và có sức thay đổi cuộc sống.

2. Phát sóng Tin Mừng trên Đài Phát thanh

Mang Lời Chúa đến các nhà tù, bệnh viện, cộng đồng nông thôn và những nơi xa xôi hẻo lánh, nơi mà hy vọng rất hiếm hoi và chân lý vô cùng quý giá.

3. Mở rộng các chiến dịch giảng dạy và môn đệ hóa trên mạng xã hội
Những bài suy niệm, lời cầu nguyện và bài giảng hàng ngày giúp củng cố đức tin, hàn gắn gia đình và trang bị cho các môn đệ trên toàn thế giới.

Vì sao sự ủng hộ của bạn lại quan trọng

Mỗi thông điệp được lan tỏa đều trở thành một hạt giống ánh sáng.
Mỗi lời dạy đều trở thành một làn sóng biến đổi. Mỗi hành động rộng lượng đều trở thành một phần trong mùa gặt toàn cầu của Chúa.
Sự đóng góp của bạn giúp cho mục vụ này tiếp cận những linh hồn mà chúng ta có thể không bao giờ gặp trên trần gian, nhưng chắc chắn sẽ gặp lại trong cõi vĩnh hằng. Không có số tiền cố định—hãy đóng góp tùy theo sự hướng dẫn của Chúa. Mỗi món quà, dù lớn hay nhỏ, đều góp phần vào sự phát triển của Vương quốc Chúa.

Để hợp tác hoặc quyên góp:
PayPal:
https://www.paypal.com/ncp/payment/D6NEFW56KG8LU
Tithe.ly:
https://tithe.ly/give?c=308311

Flutterwave –
https://flutterwave.com/donate/bbkpkokehxlw

Tất cả các kênh quyên góp:
https://www.otakada.org/partnership-giving
Cảm ơn các bạn đã sát cánh cùng chúng tôi.
Cảm ơn các bạn đã góp phần vào mùa gặt. Cảm ơn các bạn đã giúp chúng tôi mang thông điệp của Chúa Kitô đến khắp các quốc gia.
Nguyện xin Chúa ban phước lành dồi dào cho bạn, gia tăng tài lộc phong phú, và nhân bội mọi hạt giống bạn gieo để vinh hiển Ngài.
Trong danh quyền năng của Chúa Giê-su, Amen.

—Đại sứ Thứ Hai O. Ogbe , Zacharias Godseagle ; Tiện nghi Ladi Ogbe,
Người sáng lập, God's Eagle Ministries (GEM)
www.otakada.org

Làm thế nào để được tái sinh và bắt đầu một cuộc sống mới với Chúa Kitô

Có thể bạn đã từng đồng hành cùng Chúa Giê-su trước đây, hoặc có thể bạn chỉ mới gặp Ngài trong 40 ngày này. Nhưng ngay lúc này, điều gì đó bên trong bạn đang trỗi dậy.

Bạn đã sẵn sàng cho nhiều hơn là chỉ tôn giáo.

Bạn đã sẵn sàng cho **một mối quan hệ** .

Bạn đã sẵn sàng để nói, "Chúa Giê-su, con cần Ngài."

Sự thật là thế này:

"Vì ai cũng đã phạm tội; tất cả chúng ta đều thiếu sót so với tiêu chuẩn vinh hiển của Đức Chúa Trời... nhưng Đức Chúa Trời, trong ân điển của Ngài, đã ban cho chúng ta sự công chính trước mặt Ngài."

— Rô-ma 3:23–24 (NLT)

Bạn không thể tự mình giành được sự cứu rỗi.

Bạn không thể tự sửa chữa bản thân. Nhưng Chúa Giê-su đã trả giá trọn vẹn rồi — và Ngài đang chờ đón bạn về nhà.

Làm thế nào để được tái sinh

Được tái sinh nghĩa là dâng hiến cuộc đời mình cho Chúa Giê-su — chấp nhận sự tha thứ của Ngài, tin rằng Ngài đã chết và sống lại, và tiếp nhận Ngài làm Chúa và Đấng Cứu Thế của mình.

Nó đơn giản. Nó mạnh mẽ. Nó thay đổi mọi thứ.

Hãy cầu nguyện điều này thật to:

"Lạy Chúa Giê-su, con tin Ngài là Con Đức Chúa Trời. Con tin Ngài đã chết vì tội lỗi con và sống lại. Con thú nhận con đã phạm tội và con cần sự tha thứ của Ngài. Hôm nay, con ăn năn và từ bỏ lối sống cũ. Con mời Ngài vào đời sống con để làm Chúa và Đấng Cứu Thế

của con. Xin hãy tẩy sạch con. Xin hãy đổ đầy Thánh Linh của Ngài vào con. Con tuyên bố con được tái sinh, được tha thứ và được tự do. Từ ngày hôm nay trở đi, con sẽ bước theo Ngài — và con sẽ sống theo dấu chân của Ngài. Cảm ơn Ngài vì đã cứu con. Trong danh Chúa Giê-su, Amen."

Các bước tiếp theo sau khi được cứu rỗi

1. **Hãy chia sẻ với ai đó** – Hãy nói với quyết định của bạn với một người cùng đức tin mà bạn tin tưởng.
2. **Tìm một Hội Thánh dựa trên Kinh Thánh** – Tham gia cộng đồng giảng dạy Lời Chúa và sống theo Lời Chúa. Truy cập trang web của Hội Thánh God's Eagle qua https://www.otakada.org hoặc https://chat.whatsapp.com/H67spSun32DDTma8TLh0ov
3. **Làm lễ rửa tội** – Hãy tiến thêm một bước nữa để công khai tuyên bố đức tin của bạn.
4. **Hãy đọc Kinh Thánh mỗi ngày** – Bắt đầu với Phúc Âm Giăng.
5. **Hãy cầu nguyện mỗi ngày** – Trò chuyện với Chúa như một người bạn và một người Cha.
6. **Hãy giữ liên lạc** – Hãy ở bên cạnh những người khuyến khích bạn bắt đầu hành trình mới.
7. **Bắt đầu một quá trình môn đệ hóa trong cộng đồng** – Phát triển mối quan hệ cá nhân với Chúa Giê-su Ki-tô thông qua các liên kết này

Khóa học môn đệ 40 ngày phần 1 - https://www.otakada.org/get-free-40-days-online-discipleship-course-in-a-journey-with-jesus/

40 Ngày Học Môn Đệ 2 - https://www.otakada.org/get-free-40-days-dna-of-discipleship-journey-with-jesus-series-2/

Khoảnh khắc được cứu rỗi của tôi
Ngày : ______________________

Chữ ký : ____________________

"Nếu ai ở trong Đấng Christ, người ấy là một tạo vật mới; những điều cũ đã qua đi, nay đã thay mới!"
— 2 Cô-rinh-tô 5:17

Giấy chứng nhận về đời sống mới trong Chúa Kitô

Tuyên bố về sự cứu rỗi – Được tái sinh bởi ân điển

Điều này xác nhận rằng

____

(Họ và tên đầy đủ)

đã công khai tuyên xưng **đức tin vào Chúa Giê-su Ki-tô** là Chúa và Đấng Cứu Thế, và đã nhận được món quà cứu rỗi miễn phí thông qua sự chết và sự phục sinh của Ngài.

"Nếu bạn công khai tuyên xưng rằng Chúa Giê-su là Chúa và tin trong lòng rằng Đức Chúa Trời đã khiến Ngài sống lại từ cõi chết, thì bạn sẽ được cứu rỗi."

— Rô-ma 10:9 (NLT)

Vào ngày này, thiên đường hân hoan và một hành trình mới bắt đầu.

Ngày ra quyết định : __________________________

Chữ ký : __________________________________

Tuyên ngôn về sự cứu rỗi

"Hôm nay, tôi dâng hiến cuộc đời mình cho Chúa Giê-su Christ.

Tôi tin rằng Ngài đã chết vì tội lỗi tôi và sống lại. Tôi tiếp nhận Ngài làm Chúa và Đấng Cứu Thế của tôi. Tôi được tha thứ, được tái sinh và được làm mới. Từ giây phút này trở đi, tôi sẽ bước đi theo dấu chân Ngài."

Chào mừng bạn đến với gia đình của Chúa!

Tên bạn được ghi trong Sách Sự Sống của Chiên Con.

Câu chuyện của bạn chỉ mới bắt đầu — và nó sẽ trường tồn mãi mãi.

KẾT NỐI VỚI MỤC VỤ ĐẠI BÀNG CỦA CHÚA

- Trang web: www.otakada.org
- Bộ sách "Sự giàu có vượt qua mọi lo lắng": www.wealthbeyondworryseries.com
- Email: ambassador@otakada.org

- **Hãy ủng hộ công việc này:**

Hãy ủng hộ các dự án, sứ mệnh của vương quốc và các nguồn tài nguyên toàn cầu miễn phí thông qua việc dâng hiến theo giao ước.

Quét mã QR để quyên góp

: https://tithe.ly/give?c=308311

Sự hào phóng của quý vị giúp chúng tôi tiếp cận được nhiều người hơn, dịch thuật tài liệu, hỗ trợ các nhà truyền giáo và xây dựng hệ thống môn đệ hóa trên toàn cầu. Xin cảm ơn!

Tiểu sử tác giả

Zacharias Godseagle

Tác giả • Giáo viên • Nhà lãnh đạo có tầm nhìn

Zacharias Godseagle là một người giảng dạy Lời Chúa đầy nhiệt huyết và là một tiếng nói sáng suốt cho Thân Thể Chúa Kitô. Mang trong mình ân điển đặc biệt về sự hiểu biết thuộc linh, Zacharias phục vụ với sự rõ ràng, chiều sâu tiên tri và một khát khao cháy bỏng muốn thấy các tín hữu bước đi trong sự thanh khiết, thánh thiện và sự đầu phục đích thực cho Chúa Kitô.

Là một cộng tác viên trong công việc của Hội thánh God's Eagle Ministries (GEM), ông đóng vai trò quan trọng trong việc định hình nội dung môn đệ hóa, sự hiểu biết Kinh Thánh và hoạt động truyền giáo dựa trên phương tiện truyền thông, tác động đến cuộc sống của mọi người trên cả không gian kỹ thuật số và thế giới thực. Các bài viết của ông tập trung vào sự biến đổi nội tâm, sự vâng phục và sự phục hồi vị trí của Chúa Kitô trong lòng người tin.

Zacharias được thúc đẩy bởi một niềm tin đơn giản: **khi trái tim hướng về một phía, số phận sẽ hướng về phía đó.** Anh ấy tiếp tục tiếp cận khán giả trên toàn cầu thông qua việc giảng dạy, hướng dẫn và các dự án sáng tạo tràn đầy cảm hứng tâm linh.

Đại sứ Monday O. Ogbe

Tác giả • Nhà truyền giáo • Người sáng lập, Tổ chức Mục vụ Đại Bàng của Chúa (GEM)

Đại sứ Monday Oreojo Ogwuojo Ogbe là người sáng lập **God's Eagle Ministries (GEM)** — một tổ chức truyền giáo toàn cầu với sứ mệnh "kết nối mọi người với Chúa thông qua Lời Ngài". Nổi tiếng với niềm đam mê mãnh liệt dành cho sự cầu thay, lẽ thật, những câu chuyện cảm động và những lời dạy mang tính tiên tri, ông phục vụ khắp các quốc gia thông qua viết lách, podcasting, làm phim, truyền giáo kỹ thuật số và môn đệ hóa.
Với kinh nghiệm trong lĩnh vực lãnh đạo, truyền thông và truyền giáo, Đại sứ Monday mang trong mình ơn phước đa văn hóa vang vọng từ châu Phi đến châu Á, châu Mỹ, châu Âu và Trung Đông. Những lời giảng dạy của ông đề cập đến những cuộc đấu tranh thầm kín trong lòng người tin Chúa—lòng tham lam, những đấu tranh về bản sắc, sự tự mãn về mặt tâm linh và sự xói mòn âm thầm mối quan hệ mật thiết với Đức Chúa Trời.
Ông là tác giả của nhiều bài suy niệm, bộ sách và các bài giảng đa phương tiện tiếp cận hàng triệu người thông qua otakada.org và các nền tảng kỹ thuật số của GEM.
Thông điệp sống của ông rất đơn giản nhưng sâu sắc: **"Khi Chúa Kitô ngự ở trung tâm, mọi thứ khác sẽ được đặt đúng vị trí của nó."**

Comfort Lady Ogbe

Tác giả • Người cầu thay • Cộng tác viên trong công tác mục vụ
Comfort Lady Ogbe là một nhà văn, người cầu nguyện và cộng tác viên trong sứ mệnh của Vương quốc Chúa tại Hội thánh God's Eagle Ministries. Được trời phú cho lòng thương xót, sự sáng suốt và tinh thần chăm sóc, bà mang đến chiều sâu cảm xúc và nền tảng tâm linh cho mọi dự án mà bà tham gia.

Những đóng góp của bà—thường là thầm lặng—mang đậm hương vị của sự khiêm nhường, trí tuệ và sự chữa lành. Bà an ủi mọi người thông qua tư vấn, cầu nguyện, dạy dỗ và hợp tác sáng tạo, đặc biệt là trong những công việc nhấn mạnh vào việc phục hồi gia đình, trưởng thành tâm linh và biến đổi tâm hồn.

Với tư cách là một tác giả, bà viết dựa trên kinh nghiệm sống và niềm tin tâm linh, mang đến cho độc giả sự sáng suốt, an ủi và khích lệ để theo đuổi sự trọn vẹn trong Chúa Kitô.

Comfort cam kết giúp các tín đồ trải nghiệm Chúa không chỉ qua tri thức, mà còn trong cuộc sống hằng ngày—nơi trái tim học cách tin tưởng, phó thác và phát triển.

Trang tác giả:
https://www.amazon.com/stores/Zacharias-Godseagle/author/B0FCZ89D4K

PHỤ LỤC

Phụ lục A

Mô hình cầu nguyện chiến lược 60 phút

Mô hình này cần được thực hành hàng ngày, chứ không phải thỉnh thoảng.

30 phút — Thờ phượng

Hãy tập trung duy nhất vào bản chất của Đức Chúa Trời:

- Đức thánh
- Quyền tối cao của Ngài
- lòng thương xót của Ngài
- Công lý của Ngài
- Quyền hạn của ông ấy
- Lòng trung thành của Ngài

Không yêu cầu.
Không thỉnh cầu. Chỉ có sự tôn kính.

10 phút — Tuyên bố chủ quyền của Ngài

Hãy tuyên bố bằng lời nói:

- Chúa là người dẫn dắt cuộc đời tôi.
- Chúa là người cai quản gia đình tôi.
- Chúa là người dẫn dắt sứ mệnh của tôi.
- Chúa Trời cai quản thế giới của tôi.
- Chúa Trời cai quản đất nước tôi.

Quyền lực được củng cố thông qua tuyên bố.

10 phút — Sự ăn năn

Nghiên cứu:

- Thái độ
- Lời nói
- Động cơ
- sự thỏa hiệp ngầm
- Sự lười biếng về mặt tinh thần

Hãy thú nhận cụ thể.

10 phút — Các sắc lệnh phù hợp với Vương quốc

Tuyên bố sự phù hợp dựa trên Kinh Thánh:

- Tôi sống một đời sống thánh thiện.
- Tôi sống có kỷ luật.
- Tôi kiên trì chịu đựng.
- Tôi hoàn thành nhiệm vụ được giao.
- Tôi từ chối rút lui.

Đừng ban hành luật lệ dựa trên tham vọng ích kỷ.
Hãy sống theo Kinh Thánh.

Phụ lục B

Hướng dẫn thiết lập lại kỷ luật trong 7 ngày

Trong bảy ngày liên tiếp:

1. Mỗi ngày dành một giờ cầu nguyện có kế hoạch, không bị gián đoạn.
2. Hãy đọc trọn vẹn một cuốn Phúc Âm.
3. Kiểm tra tính toàn vẹn hàng đêm.
4. Không buôn chuyện, phàn nàn, phóng đại.
5. Ít nhất một lần nhịn ăn có chủ đích.
6. Giảm nhiễu kỹ thuật số.
7. Kiểm tra tiến độ hàng ngày.

Bảy ngày giúp phục hồi độ nhạy cảm.

Phụ lục C

Mẫu Bản Cam Kết Lòng Trung Thành Cá Nhân

Hãy viết điều này bằng chữ viết tay của bạn.

GIAO ƯỚC TRUNG THÀNH CÁ NHÂN

Tôi, ______________________________,
xin tuyên bố lòng trung thành tuyệt đối và duy nhất của mình đối với Chúa Giê-su Ki-tô.
Tôi từ bỏ lòng trung thành chia rẽ.
Tôi bác bỏ sự thỏa hiệp ngầm. Tôi cam kết sống thánh thiện trong đời sống riêng tư và công cộng. Tôi cam kết cầu nguyện có kỷ luật. Tôi cam kết trung thành bền bỉ. Tôi chấp nhận sứ mệnh thiêng liêng của mình. Tôi từ chối rút lui.
Tôi lập giao ước này trước mặt Đức Chúa Trời.
Chữ ký: ___________________________
Ngày: ____________________________

LỜI CHÚC PHƯỚC MỤC VỤ CUỐI CÙNG

Nguyện cho lòng trung thành của bạn vững vàng.
Nguyện cho kỷ luật của bạn luôn nhất quán. Nguyện cho sự thánh thiện của bạn bảo vệ tương lai. Nguyện cho sức chịu đựng của bạn vượt qua mọi thử thách. Nguyện cho nhiệm vụ của bạn được hoàn thành. Nguyện cho không viên đạn nào, không sự phản bội nào, không sự thất vọng nào, không sự giả dối nào, và không lời thì thầm nào về việc quay trở lại có thể kéo bạn lùi bước.
Chúc bạn hoàn thành cuộc đua.
Nguyện cho thiên đường hân hoan chào đón bạn.
Chỉ tiến về phía trước.

SÁCH VÀ TÀI LIỆU THAM KHẢO ĐƯỢC KHUYẾN NGH□

Tôi thấy lửa từ trên trời rơi xuống
Từ thánh chiến đến Chúa Giê-su - Lòng trung thành trong hoàn cảnh khó khăn

Những bức thư sống động – Chuỗi bài suy niệm 40 ngày | Tập 3

sách điện tử – https://shop.otakada.org/product/i-saw-fire-from-heaven-from-jihad-to-jesus-allegiance-under-fire-prophet-isa-el-buba-in-epub/

Link tải ebook trên Amazon :
https://www.amazon.com/Saw-Fire-Heaven-Allegiance-Devotional-ebook/dp/B0GP9TGL2D

Đặt hàng qua ingramspark
https://shop.ingramspark.com/b/084?params=L7sIm15JJC55NhWaeizvOlnnUVWZJdq7PISwLupgc8T

CS Lewis (1898-1963) - Đạo Cơ Đốc thuần túy, sống trọn vẹn: Từ một tâm trí miễn cưỡng đến một cuộc đời được biến đổi (Những bức thư sống động - Chuỗi bài suy niệm 40 ngày | Tập 2)

Sách điện tử

https://www.amazon.com/Lewis-1898-1963-Mere-Christianity-Fully-ebook/dp/B0GKQ27F9N

Sách bìa mềm
https://www.amazon.com/Lewis-1898-1963-Mere-Christianity-Fully/dp/B0GM8YMXC3

Bìa cứng

https://www.amazon.com/Lewis-1898-1963-Mere-Christianity-Fully/dp/B0GM8WHXJL

Đặt hàng qua liên kết này -
https://shop.ingramspark.com/b/084?params=HEiG1mvNi
EtCSBrrX4PON2IomPPhR8L5aoQG6wcuKCT

THÁNH AUGUSTINE THÀNH HIPPO (354–430 SAU CÔNG NGUYÊN)
Từ một trái tim không ngừng tìm tòi đến một cuộc đời được ghi chép lại - Những bức thư sống động - Chuỗi bài suy niệm 40 ngày - Phần 1

sách điện tử trên Amazon -
https://www.amazon.com/ST-AUGUSTINE-HIPPO-354-430-Devotional-ebook/dp/B0GJN8N9XS

Link đặt mua sách bìa mềm trên Amazon -
https://www.amazon.com/St-Augustine-Hippo-354-430-Devotional/dp/B0GJWTVLR6

Ingramspark -
https://shop.ingramspark.com/b/084?params=BZOOW3dj93aGEtBL2Fv1VY8wV1OQvA10dtZRDgk7Z9Z

QUÉT TÔI

GIA HẠN 7

Chữa lành trái tim ngôi nhà bạn trong 7 ngày: Chuỗi bài giảng về sự đổi mới – Phiên bản về sự đoàn kết gia đình.

Link đến sách bản bìa mềm - https://shop.ingramspark.com/b/084?params=htyfL002e1JzyEpZWkKtaXWF5FJ1jZFOjgiQKEfcbnw

Link đến trang Amazon phiên bản bìa mềm - https://www.amazon.com/RENEWAL-Heal-Heart-Your-Renewal/dp/B0GD92153W

Link đến sách điện tử trên Amazon –

https://www.amazon.com/RENEWAL-Heal-Heart-Your-Renewal-ebook/dp/B0G91BMFND

QUÉT TÔI –

Phục Hưng 7: Chữa Lành Trái Tim Ngôi Nhà Bạn Trong 7 Ngày

Bộ sách Đổi mới - Ấn bản về Sự đoàn kết gia đình

Link đến sách bìa mềm -
https://shop.ingramspark.com/b/084?params=nSEELv9oUsItOu5akVZlg4ycGbbmvlBOtSiqeOZr5yQ

Link đến sách bìa mềm trên Amazon - https://www.amazon.com/RENEWAL-MARRIAGE-Heart-Marriage-Renewal/dp/B0GDC1YZJ7

Link đến sách điện tử trên Amazon - https://www.amazon.com/RENEWAL-MARRIAGE-Heart-Marriage-Renewal-ebook/dp/B0G6JXJWJL

Ngai vàng của trái tim – 12 trận chiến chúng ta phải thắng

Sách điện tử Amazon - https://www.amazon.com/THRONE-HEART-COVETOUSNESS-Counterfeit-CONTENTMENT-ebook/dp/B0G4SPFRY7

Sách bìa mềm trên Amazon - https://www.amazon.com/THRONE-HEART-

COVETOUSNESS-Counterfeit-CONTENTMENT/dp/B0G4TKW1ND

Sách bìa mềm từ Ingramspark - https://shop.ingramspark.com/b/084?params=a75LJXtvvI63VnzeQPleQTkAJWfu8CPQV6l5Oe31D80

4 bài giảng trong 1 của Zacharias Godseagle kèm liên kết âm thanh

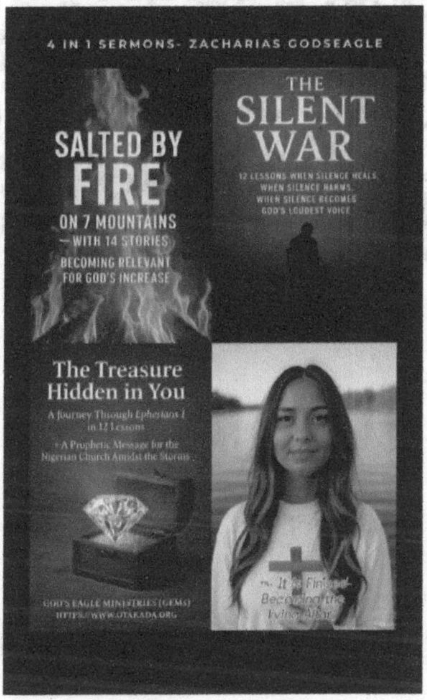

tải sách điện tử trên Amazon - https://www.amazon.com/Sermons-Zacharias-Godseagle-Audio-links-ebook/dp/B0G4XCH4TW

Sách bìa mềm trên Amazon - https://www.amazon.com/Sermons-Zacharias-Godseagle-Audio-links/dp/B0G4TK4XGT

Link mua sách bìa mềm Ingram Spark - https://shop.ingramspark.com/b/084?params=nK2JERskkbhdAOSNseTUNRhaCFqUPZuhB4uYfqrXvGb

MÃ SỐ HÀNH HƯƠNG: Trí tuệ nhân tạo thức tỉnh

Sách điện tử - https://www.amazon.com/Logos-Protocol-Awakening-artificial-intelligence-ebook/dp/B0FXNQFSWZ

Sách bìa mềm - https://www.amazon.com/Logos-Protocol-Awakening-artificial-intelligence/dp/B0FXNGR66D

Sách bìa cứng - https://www.amazon.com/Logos-Protocol-Awakening-artificial-intelligence/dp/B0FZNTQR6Y

Sách bìa mềm Ingramspark - https://shop.ingramspark.com/b/084?params=QkK4aNYTYO9U5z9uOkdHgc7Ue1eGDLqbb1tz9WRPaSk

Vì sao sự giải thoát thất bại - và làm thế nào ngọn lửa của Chúa phục hồi tâm hồn: 40 lời tuyên bố hàng ngày để được giải thoát toàn diện

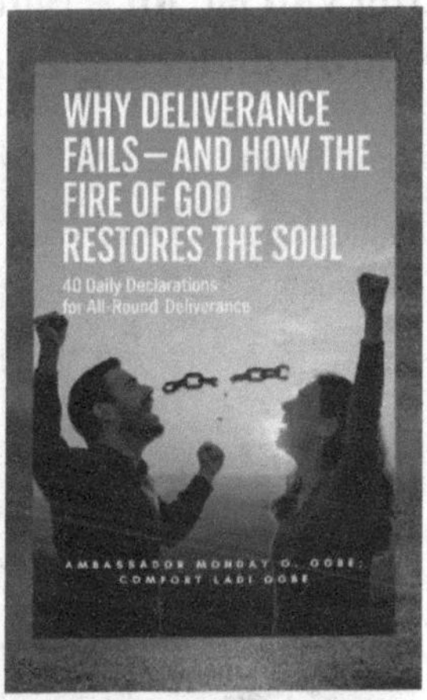

Sách điện tử - https://www.amazon.com/Why-Deliverance-Fails-Declarations-All-Round-ebook/dp/B0FW74L4G4

Sách bìa mềm - https://www.amazon.com/Why-Deliverance-Fails-Declarations-All-Round/dp/B0FWB3LXRM

Được cứu rỗi nhưng vẫn lạc lối – Người cải đạo không theo đạo – được dịch sang 25 ngôn ngữ.

Sách bìa mềm
https://shop.ingramspark.com/b/084?params=iYNB6S3PLMfREpm0jMM15bMe3BvWlkjcYyLYnHVGAds
Sách điện tử - https://www.amazon.com/SAVED-BUT-LOST-UNDISCIPLED-heartbreak-ebook/dp/B0FVJ29DF7

7 NGÀY CHIẾN TRANH VÀ PHỤC HỒI TINH THẦN - Đây là Phần 1

Trói buộc kẻ thù, đáp trả bảy lần bằng những mũi tên sắc nhọn, và khôi phục lại vận mệnh của bạn.

https://shop.ingramspark.com/b/084?params=8mPzqUl73Ex7uPyeO7ydyt8EGkkB6u2gX1jZvWU8j1C

Link sách điện tử - https://www.amazon.com/DAYS-SPIRITUAL-WARFARE-RECOVERY-Returning-ebook/dp/B0FMPJM5KZ

7 NGÀY CHIẾN TRANH VÀ PHỤC HỒI TÂM LINH - Phần 2 - Củng cố chiến thắng, phá tan tà ác trong gia đình và bảo vệ vận mệnh đã được phục hồi của bạn

Sách bìa mềm - https://shop.ingramspark.com/b/084?params=LkpNmGSsApHhWhiSO7bW3wFmcXQKIO4ZEBeSbP5rL1S

Sách điện tử - https://www.amazon.com/DAYS-SPIRITUAL-WARFARE-RECOVERY-Wickedness-ebook/dp/B0FR9YCMY8

TỪ BÓNG TỐI ĐẾN SỰ THỐNG TRỊ: 40 Ngày để Thoát Khỏi Sự Kiềm Chế Bí Ẩn của Bóng Tối

–

Một sự tận hiến toàn cầu về nhận thức, giải thoát và sức mạnh - Dành cho các cá nhân, gia đình và quốc gia sẵn sàng được tự do.

Sách bìa mềm

https://shop.ingramspark.com/b/084?params=aVgp21QfwJxNANkfMxIQ0yejuFCVY12KFr978SRkZUD

Link Amazon -

https://www.amazon.com/DARKNESS-DOMINION-Devotional-Awareness-Deliverance-ebook/dp/B0FLDH2Y67

- *Được giải thoát khỏi quyền lực bóng tối* **(Sách bìa mềm)** — Mua tại đây | Sách điện tử trên Amazon

    - **Những đánh giá hàng đầu từ Hoa Kỳ:**
        - **Khách hàng Kindle** : "Cuốn sách Cơ Đốc hay nhất từ trước đến nay!" (5 sao)

Cảm ơn Chúa Giê-su vì lời chứng này. Tôi đã được ban phước rất nhiều và khuyên mọi người nên đọc cuốn sách này... Vì tiền công của tội lỗi là sự chết, nhưng ân tứ của Đức Chúa Trời là sự sống đời đời. Shalom! Shalom!

- **Da Gster** : "Đây là một cuốn sách rất thú vị và khá kỳ lạ." (5 sao)

Nếu những gì được nói trong cuốn sách là đúng thì chúng ta thực sự đang tụt hậu rất xa so với khả năng của kẻ thù! ... Một cuốn sách không thể thiếu đối với bất cứ ai muốn tìm hiểu về chiến tranh tâm linh.

- **Visa** : "Tôi rất thích cuốn sách này" (5 sao)

Đây quả là một điều bất ngờ... một lời thú nhận chân thật... Gần đây tôi đã tìm kiếm khắp nơi để mua nó. Thật vui mừng khi tìm được nó trên Amazon.

- **FrankJM** : "Khá khác biệt" (4 sao)

Cuốn sách này nhắc nhở tôi về sự khốc liệt của cuộc chiến tâm linh. Nó cũng giúp tôi nhớ lại lý do tại sao cần phải mặc "Toàn bộ áo giáp của Đức Chúa Trời".

- **JenJen** : "Ai muốn lên Thiên đường thì hãy đọc cuốn này!" (5 sao)

Cuốn sách này đã thay đổi cuộc đời tôi rất nhiều. Cùng với lời chứng của John Ramirez, nó sẽ giúp bạn nhìn nhận đức tin của mình theo một cách khác. Tôi đã đọc nó 6 lần rồi!

- *Cựu tín đồ Satan: Cuộc trao đổi với James* (Sách bìa mềm) — Mua tại đây | Sách điện tử trên Amazon

- ***LỜI CHỨNG CỦA MỘT CỰU THỜ QUỶ SATAN NGƯỜI CHÂU PHI*** - *Mục sư JONAS LUKUNTU MPALA* (Sách bìa mềm) — Mua tại đây | Sách điện tử trên Amazon

- ***Những Chiến Công Vĩ Đại Tập 14*** **(Sách bìa mềm) — Mua tại đây | Sách điện tử trên Amazon**

- *"Out of the Devil's Cauldron"* của John Ramirez — Hiện có bán trên Amazon.
- *Ngài Đến Để Giải Phóng Những Người Bị Tù Tù* - Tác giả: Rebecca Brown — Tìm mua trên Amazon

Các sách khác do tác giả xuất bản – Hơn 1000 đầu sách

Được yêu thương, được lựa chọn và được trọn vẹn : Hành trình 30 ngày từ bị từ chối đến **được phục hồi,** được dịch ra 40 ngôn ngữ trên thế giới.

https://www.amazon.com/Loved-Chosen-Whole-Rejection-Restoration-ebook/dp/B0F9VSD8WL

https://shop.ingramspark.com/b/084?params=xga0WR16muFUwCoeMUBHQ6HwYjddLGpugQHb3DVa5hE

Theo bước chân Ngài — Thử thách 40 ngày WWJD:
Sống theo gương Chúa Giê-su qua những câu chuyện có thật trên khắp thế giới

https://www.amazon.com/His-Steps-Challenge-Real-Life-Stories-ebook/dp/B0FCYTL5MG

https://shop.ingramspark.com/b/084?params=DuNTWS59IbkvSKtGFbCbEFdv3Zg0FaITUEvlK49yLzB

CHÚA GIÊ-SU Ở CỬA:
40 Câu Chuyện Đau Lòng và Lời Cảnh Báo Cuối Cùng Từ Thiên Đường Dành Cho Các Giáo Hội NGÀY NAY

https://www.amazon.com/dp/B0FDX31L9F

https://shop.ingramspark.com/b/084?params=TpdA5j8WP
vw83glJ12N1B3nf8LQte2a1lIEy32bHcGg

JESUS AT THE DOOR
40 HEARTBREAKING STORIES AND HEAVEN'S FINAL WARNING TO TODAY'S CHURCHES
ZACHARIAS GODSEAGLE,
COMFORT LADI OGBE,
AMBASSADOR MONDAY O. OGBE

ĐỜI SỐNG GIAO ƯỚC: 40 Ngày Sống Trong Phước Lành của Phục Truyền Luật Lệ Ký 28

- https://www.amazon.com/dp/B0FFJCLDB5

Những câu chuyện từ người thật, sự vâng lời thực sự và sự thật.

https://shop.ingramspark.com/b/084?params=bH3pzfz1zdCOLpbs7tZYJNYgGcYfU32VMz3J3a4e2Qt

Phiên dịch sang hơn 20 ngôn ngữ

HIỂU VỀ CÔ ẤY VÀ HIỂU VỀ ANH ẤY:
40 ngày hướng đến sự chữa lành, thấu hiểu và tình yêu bền lâu

https://www.amazon.com/KNOWING-HER-HIM-Healing-Understanding-ebook/dp/B0FGC4V3D9

https://shop.ingramspark.com/b/084?params=vC6KCLoI7Nnum24BVmBtSme9i6k59p3oynaZOY4B9Rd

HOÀN THÀNH, KHÔNG CẠNH TRANH:
Hành trình 40 ngày hướng đến mục đích, sự đoàn kết và hợp tác

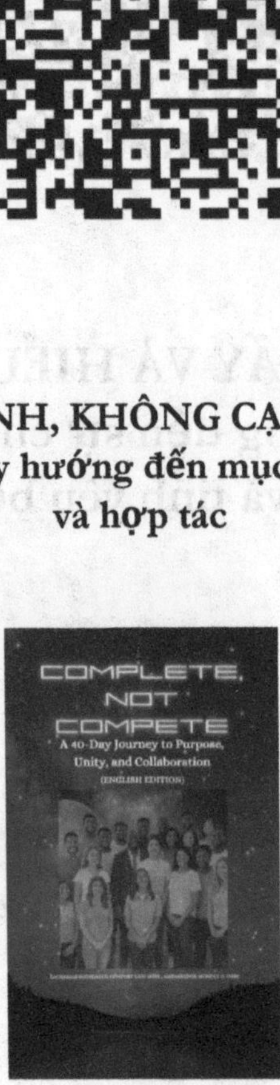

https://shop.ingramspark.com/b/084?params=5E4v1tHgeTqOOuEtfTYUzZDzLyXLee30cqYo0Ov9941

https://www.amazon.com/COMPLETE-NOT-COMPETE-Journey-Collaboration-ebook/dp/B0FGGL1XSQ/

MÃ SỐ SỨC KHỎE THIÊNG LIÊNG - 40 Chìa Khóa Hàng Ngày để Kích Hoạt Sự Chữa Lành Thông Qua Lời Chúa và Sự Sáng Tạo. Khám Phá Sức Mạnh Chữa Lành của Thực Vật, Cầu Nguyện và Hành Động Tiên Tri.

https://shop.ingramspark.com/b/084?params=xkZMrYcEHnrJDhe1wuHHYixZDViiArCeJ6PbNMTbTux

https://www.amazon.com/dp/B0FHJT42TK

Bạn có thể tìm thấy các cuốn sách khác trên trang tác giả tại https://www.amazon.com/stores/Ambassador-Monday-O.-Ogbe/author/B07MSBPFNX

www.ingramcontent.com/pod-product-compliance
Lightning Source LLC
LaVergne TN
LVHW032024041026
849517LV00008B/2728